കാട്ടിലെ കൂട്ടുകാർ: മലയാളം മോറൽ സ്റ്റോറീസ്

ആര്യ

Made with ♥ on the Notion Press Platform
www.notionpress.com

ഉള്ളടക്കം

1

കാട്ടിലെ കൂട്ടുകാർ

1

ബുദ്ധിമാനായ മുയലിന്റെയും സിംഹത്തിന്റെയും കഥ

ഭയങ്കരനുമായ ഒരു സിംഹം ദൂരെയുള്ള ഒരു വനത്തിൽ വസിച്ചു. അവൻ ദിവസവും നിരവധി മൃഗങ്ങളെ വേട്ടയാടി കൊല്ലാറുണ്ടായിരുന്നു. കാട്ടിൽ മുഴുവൻ സിംഹഭയം ഉണ്ടായിരുന്നു. എല്ലാ മൃഗങ്ങളും അവനെ ഭയപ്പെട്ടു, മറഞ്ഞിരുന്നു. കാട്ടിലെ മൃഗങ്ങൾക്ക് ജീവിക്കാൻ പ്രയാസമായി. ഭക്ഷണം കഴിക്കാൻ പോലും അയാൾക്ക് ഭയമായിരുന്നു.

ഇത്തരമൊരു സാഹചര്യത്തിലാണ് ഈ പ്രശ്നത്തിന് പരിഹാരം കാണാൻ മൃഗങ്ങൾ യോഗം വിളിച്ചത്. ആ സമ്മേളനത്തിൽ സിംഹം ഒഴികെ കാട്ടിലെ എല്ലാ മൃഗങ്ങളും ഉണ്ടായിരുന്നു. ഒന്നിനുപുറകെ ഒന്നായി നിർദ്ദേശങ്ങൾ നൽകാൻ തുടങ്ങി, പക്ഷേ കുറുക്കന്റെ നിർദ്ദേശം ഏറ്റവും ശരിയാണെന്ന് എല്ലാവരും കണ്ടെത്തി. കുറുക്കൻ നിർദ്ദേശിച്ചു, “ഞങ്ങൾ ദിവസവും ഒരു മൃഗത്തെ സിംഹത്തിന്റെ അടുത്തേക്ക് അയയ്ക്കും. ഇത് ചെയ്യുന്നതിലൂടെ സിംഹത്തിനും ഭക്ഷണം ലഭിക്കും, അവൻ മറ്റ് മൃഗങ്ങളെ കൊല്ലില്ല. ഇതിനുശേഷം

നമുക്ക് കാട്ടിൽ യഥേഷ്ടം വിഹരിക്കാനും ഭയമില്ലാതെ ഭക്ഷണം തേടാനും കഴിയും.

എല്ലാവരും കുറുക്കന്റെ വാക്ക് കേട്ട് അവന്റെ അഭിപ്രായത്തോട് യോജിച്ചു. ഇപ്പോൾ കുറുക്കൻ അതേ കാര്യം പറയാൻ സിംഹത്തിന്റെ അടുത്തെത്തി. കുറുക്കൻ സിംഹത്തോട് പറഞ്ഞു, “ഞങ്ങൾ നിങ്ങൾക്ക് ദിവസവും ഒരു മൃഗത്തെ ഭക്ഷിക്കാൻ അയക്കും. ഭക്ഷണം കഴിക്കാൻ ദിവസവും ഇത്രയധികം കഷ്ടപ്പെടേണ്ടി വരില്ല.

“ശരി,” സിംഹം പറഞ്ഞു, “എന്നാൽ ഒരു ദിവസം പോലും ഒരു മൃഗവും എന്റെ അടുക്കൽ എത്തിയില്ലെങ്കിൽ, ഞാൻ വീണ്ടും വേട്ടയാടാൻ പോയി നിരവധി മൃഗങ്ങളെ കൊല്ലുമെന്ന് ഓർമ്മിക്കുക.”

സിംഹത്തിന്റെ നിബന്ധനകൾ അംഗീകരിച്ച് കുറുക്കൻ പോയി. ഇപ്പോൾ എല്ലാ ദിവസവും സിംഹത്തെ ഓരോ മൃഗത്തെ വീതം അയച്ച് അവൻ കൊന്ന് തിന്നും. ഒരു ദിവസം മുയലിന്റെ ഊഴമായിരുന്നു. മുയൽ വളരെ മിടുക്കനായിരുന്നു, എല്ലാ സമയത്തും അവന്റെ മനസ്സ് ഉപയോഗിച്ചു. ഈ കുഴപ്പത്തിൽ നിന്ന് കരകയറാൻ എന്ത് ചെയ്യണമെന്ന് ഇത്തവണയും ആലോചിച്ചു.

അവനെ പുറത്തെടുക്കും മുമ്പ് അവൻ എല്ലാ മൃഗങ്ങളോടും പറഞ്ഞു, “ഇന്ന് എന്റെ ഊഴം വന്നിരിക്കുന്നു. എന്നാൽ ഇന്ന് ഒന്നുകിൽ ഞാൻ അതിജീവിക്കും അല്ലെങ്കിൽ സിംഹം അതിജീവിക്കും." ഇത്രയും പറഞ്ഞു മുയൽ അവിടെ നിന്നും പോയി. വഴിയിൽ നടക്കുമ്പോൾ, ആ സിംഹത്തെ എങ്ങനെ ഒഴിവാക്കുമെന്ന് അയാൾ ചിന്തിക്കാൻ തുടങ്ങി. നടക്കുമ്പോൾ ഒരു കിണർ കാണിച്ചു. അവിടെ നിന്ന് വെള്ളം കുടിക്കാൻ വേണ്ടി അവൻ കിണറ്റിലേക്ക് പോയി. വെള്ളം അവന്റെ കൈയെത്തും ദൂരത്തായതിനാൽ അയാൾക്ക് വെള്ളം കുടിക്കാൻ കഴിഞ്ഞില്ല.

ഇന്ന് കിണറ്റിലേക്ക് നോക്കിയപ്പോൾ കിണറ്റിൽ തൻറെ നിഴൽ കണ്ടു. അവന്റെ നിഴൽ കണ്ട മുയലിന് ഒരു ആശയം ലഭിച്ചു, നേരെ സിംഹത്തിന്റെ അടുത്തേക്ക് പോകാൻ തുടങ്ങി.

മറുവശത്ത്, സിംഹത്തിന്റെ വിശപ്പ് വർദ്ധിച്ചു. വിശപ്പ് കാരണം അവന്റെ ദേഷ്യവും കൂടിക്കൂടി വന്നു. ഇന്ന് വീണ്ടും വേട്ടയാടാൻ പോകുമെന്നും ഒരുപാട് മൃഗങ്ങളെ കൊല്ലുമെന്നും അവൻ മനസ്സിൽ ചിന്തിച്ചു തുടങ്ങി. എന്നാൽ അതിനുശേഷമാണ് മുയൽ എത്തിയത്.

മുയൽ പറഞ്ഞു, "ഞാൻ എന്റെ യജമാനൻ വന്നിരിക്കുന്നു."

"നീയെന്താ ഇത്ര വൈകി വന്നത്? എത്ര നാളായി ഞാൻ നിന്നെ കാത്തിരിക്കുന്നു? എനിക്ക് നല്ല വിശപ്പുണ്ട്,' സിംഹം മുയലിനോട് പറഞ്ഞു.

സിംഹത്തിന്റെ കോപം കണ്ട് മുയൽ അവനോട് പറഞ്ഞു, "ഞാൻ നേരത്തെ വരുമായിരുന്നു, പക്ഷേ ഈ കാട്ടിൽ മറ്റൊരു സിംഹം വന്നിരിക്കുന്നു. ആ സിംഹം നിങ്ങളെക്കാൾ ശക്തനും ശക്തനുമാണ്. ഈ സിംഹത്തിന്റെ യഥാർത്ഥ രാജാവ് അവൻ സ്വയം വിളിക്കുന്നു. ആ സിംഹം കാരണം എനിക്ക് ഒളിവിൽ വരേണ്ടിവന്നു, ഇത് കാരണം ഞാൻ വരാൻ വൈകി.

മുയലിന്റെ വാക്കുകൾ കേട്ട് സിംഹത്തിന് കൂടുതൽ ദേഷ്യം വന്നു. സിംഹം മുയലിനോട് പറഞ്ഞു: ഞാനല്ലാതെ മറ്റാർക്കും ഈ കാടിന്റെ രാജാവാകാൻ കഴിയില്ല. ഈ കാടിന്റെ രാജാവ് ഞാൻ മാത്രമാണ്. എന്നെ ആ സിംഹത്തിന്റെ അടുത്തേക്ക് കൊണ്ടുപോകൂ, ഞാൻ അവനെ ഒരു പാഠം പഠിപ്പിക്കും.

ഇതിന് ശേഷം മുയൽ സിംഹത്തെ കുടിക്കാൻ ശ്രമിച്ച കിണറ്റിലേക്ക് കൊണ്ടുപോയി. മുയലും സിംഹവും ആ കിണറ്റിനരികിൽ എത്തിയപ്പോൾ മുയൽ സിംഹത്തോട് ആംഗ്യം കാണിച്ചു. മുയൽ പറഞ്ഞു, "സിംഹം വേട്ടയാടിയ ശേഷം തിരിച്ചുപോകുന്ന കിണർ ഇതാണ്."

ഇപ്പോൾ സിംഹം ആ കിണറ്റിൽ പോയി നോക്കാൻ തുടങ്ങി. കിണറ്റിലേക്ക് തുറിച്ചുനോക്കിയ ശേഷം, സിംഹം സ്വന്തം നിഴൽ കണ്ടു, അത് മറ്റൊരു സിംഹമാണെന്ന് തെറ്റിദ്ധരിച്ചു. ദേഷ്യം വന്നു സിംഹത്തോടൊപ്പം ഗർജിച്ചു. നിഴൽ പോലും സിംഹത്തെ അനുകരിക്കാൻ തുടങ്ങി. ഇതുമൂലം സിംഹം പ്രകോപിതനാകുകയും ദേഷ്യപ്പെടുകയും ആ കിണറ്റിലേക്ക് ചാടുകയും ചെയ്തു. സിംഹം അയാളോട് വഴക്കിടാറുണ്ടായിരുന്നുവെങ്കിലും കിണറ്റിൽ ചാടിയപ്പോഴാണ് പുതിയ ആളുണ്ടെന്ന് മനസ്സിലായത്. ഇതോടെ സിംഹത്തിന് ജീവൻ നഷ്ടപ്പെടേണ്ടി വന്നു.

സിംഹത്തിന്റെ മരണശേഷം, എല്ലാ മൃഗങ്ങളും ഇപ്പോൾ പൂർണ്ണമായും സ്വതന്ത്രമായിരുന്നു. എല്ലാവരും മുയലിന്റെ ബുദ്ധിയെ പുകഴ്ത്തുകയും അവനോട് നന്ദി പറയുകയും ചെയ്തു.

കഥയുടെ ധാർമ്മികത - എത്ര വലിയ പ്രശ്നമുണ്ടായാലും ശരി എന്ന പാഠമാണ് ഈ കഥയിൽ നിന്ന് നമുക്ക് ലഭിക്കുന്നത്. നാം എപ്പോഴും നമ്മുടെ മനസ്സിനെ ഉപയോഗിക്കണം. നമ്മുടെ മനസ്സ് ഉപയോഗിച്ച് മാത്രമേ നമ്മുടെ പ്രശ്നങ്ങൾ പരിഹരിക്കാൻ കഴിയൂ. മുയലും അതുതന്നെ ചെയ്തു, അവൻ കുഴപ്പത്തിൽ തലച്ചോറുമായി പ്രവർത്തിച്ചു.

മനുഷ്യന്റെ ഏറ്റവും വലിയ ശത്രു കോപമാണെന്നും ഈ കഥ നമ്മെ പഠിപ്പിക്കുന്നു. സിംഹത്തിനുള്ളിൽ ഒരുപാട് അഹംഭാവമുണ്ടായിരുന്നു, അത് കാരണം അവൻ വളരെ വേഗം ദേഷ്യപ്പെടുമായിരുന്നു. കോപം നിമിത്തം ആ സിംഹത്തിന് ജീവൻ നഷ്ടപ്പെടേണ്ടി വന്നു.

2

മുയലും ആമയും

ഒരു നദിയുടെ തീരത്ത് നിബിഡമായ ഒരു വനം ഉണ്ടായിരുന്നു, ആ വനത്തിൽ ധാരാളം വന്യമൃഗങ്ങൾ വസിച്ചു. അവിടെ ഒരു മുയലും ആമയും താമസിച്ചിരുന്നു. ഖരോഷ് ഏറ്റവും വേഗത്തിൽ ഓടുമ്പോൾ മറുവശത്ത് ആമ വളരെ പതുക്കെ ഓടുമായിരുന്നു. ആമ എപ്പോഴും പതുക്കെ നടക്കുന്നതിനാൽ മുയൽ എപ്പോഴും ആമയെ കളിയാക്കി. ആമയെ കാണുമ്പോഴൊക്കെ അവൻ കളിയാക്കുമായിരുന്നു, "ഇതാ നോക്ക് പതുക്കെ ആമ വീണ്ടും വരുന്നു. ഇവിടെ എത്താൻ 2 ദിവസമെടുത്തിട്ടുണ്ടാകും. ,

മുയലിന് സ്വയം അഭിമാനം തോന്നി. ഇപ്പോൾ അവൻ ആമയുടെ അടുത്ത് പോയി ആളുകൾക്ക് സ്വയം കാണിക്കാനും ആമയെക്കാൾ താഴ്ന്നവനാണെന്ന് തെളിയിക്കാനും പറഞ്ഞു, "പതുക്കെ ആമ, സ്വയം തെളിയിക്കാൻ ഞാൻ നിങ്ങൾക്ക് അവസരം നൽകട്ടെ. ഞാനും നീയും

തമ്മിൽ ഓട്ടമത്സരം നടക്കും. നമ്മളിൽ ആരു ജയിച്ചാലും അത് നമ്മുടെ വേഗതയുള്ളവനായിരിക്കും.

പാവം ആമ എന്ത് ചെയ്യും, ആ മത്സരത്തിന് അതെ എന്ന് പറഞ്ഞു. ഇനി അടുത്ത ദിവസം ഇരുവരും തമ്മിൽ മത്സരം നടക്കാനിരിക്കുകയായിരുന്നു. സൂര്യരശ്മികളോടെ പിറ്റേന്ന് തുടങ്ങിയപ്പോൾ തന്നെ കാട്ടിലെ മൃഗങ്ങളെല്ലാം ഒത്തുകൂടാൻ തുടങ്ങി. മുയൽ വന്നപ്പോൾ തന്നെ ആളുകളെല്ലാം അവനെ പുകഴ്ത്താൻ തുടങ്ങി. മുയൽ മാത്രമേ ജയിക്കൂ എന്ന് എല്ലാവരും പറഞ്ഞു. പിന്നെ കുറച്ചു കഴിഞ്ഞപ്പോൾ ആമയും അവിടെ എത്തി. ആമ വരുന്നത് കണ്ട് എല്ലാവരും അവനെ കളിയാക്കാൻ തുടങ്ങി, "നോക്കൂ, അവൻ ഇന്നും വൈകിയാണ് വന്നത്. അതിന് ഒരിക്കലും ജയിക്കാനാവില്ല." ആമ അവന്റെ വാക്കുകൾ ശ്രദ്ധിച്ചില്ല.

മത്സരത്തിനായി ഇരുവരും ഒരുമിച്ച് അണിനിരന്നതോടെ ഇരുവരും തമ്മിൽ മത്സരമായി. മത്സരം തുടങ്ങിയപ്പോൾ തന്നെ മുയൽ പൂർണ്ണ വേഗതയിൽ ഓടാൻ തുടങ്ങി. പക്ഷേ, ആമ അതിന്റെ സാവധാനത്തിൽ മുന്നോട്ട് നീങ്ങിക്കൊണ്ടിരുന്നു. ആമ വളരെ വേഗതയുള്ളതായിരുന്നു, അത് കുറഞ്ഞ സമയം കൊണ്ട് വളരെ ദൂരം പിന്നിട്ടു. ടബ്ബിൽ ആമ അൽപ്പം തളർന്നപ്പോൾ കുറച്ചുനേരം നിന്നു. തിരിഞ്ഞു നോക്കിയപ്പോൾ പിന്നിൽ ആരുമില്ല.

ആ സമയം ആമ ചിന്തിച്ചു, "അയ്യോ! ഞാൻ വളരെ മുന്നിലാണ്. ഈ മത്സരത്തിൽ ഞാൻ വളരെ എളുപ്പത്തിൽ വിജയിക്കും. ഞാൻ ഈ മരത്തിന്റെ ചുവട്ടിൽ കുറച്ചു നേരം വിശ്രമിക്കുന്നു. ഇപ്പോൾ മുയൽ മരത്തിന്റെ ചുവട്ടിൽ വിശ്രമിക്കുകയായിരുന്നു. വിശ്രമിക്കുന്നതിനിടയിൽ, അവൻ ഉറങ്ങുകയും ഉറങ്ങുകയും ചെയ്തു.

മറുവശത്ത്, ആമ സുഖമായി നടക്കുന്നതിനിടയിൽ ലക്ഷ്യസ്ഥാനത്തേക്ക് നീങ്ങുകയായിരുന്നു. വഴിയിൽ മുയൽ ഉറങ്ങുന്നത് കണ്ട് അയാൾ മുന്നോട്ട് പോയി. പെട്ടെന്ന് മുയൽ ഉണർന്നു, ഉടനെ ഓടിപ്പോയി. അവസാന സ്ഥാനത്തെത്തിയപ്പോൾ, ആമ ഇതിനകം എത്തിയതും മുയൽ മത്സരത്തിൽ തോറ്റതും കണ്ടു.

മുയലിന്റെ തോൽവി കാരണം അഹങ്കാരമെല്ലാം അവസാനിച്ച് ആമയോട് ക്ഷമാപണം നടത്തി.

കഥയിൽ നിന്ന് നമ്മൾ എന്താണ് പഠിച്ചത്?

അഭിമാനിക്കുകയും മറ്റുള്ളവരെ കളിയാക്കുകയും ചെയ്യുന്നത് നല്ല കാര്യമല്ലെന്ന് ഈ കഥയിൽ നിന്ന് ഞങ്ങൾ മനസ്സിലാക്കി.

3

പാമ്പുകളും ഉറുമ്പുകളും

വിവിധതരം മൃഗങ്ങൾ വനത്തിൽ വസിക്കുന്നു. ചില മൃഗങ്ങൾ സസ്യങ്ങളെ തിന്നുന്നു, മറ്റു ചില മൃഗങ്ങളെ ഭക്ഷിക്കുന്നു. ഒരു കാട്ടിലെ ദ്വാരത്തിൽ ഒരു ചെറിയ പാമ്പ് താമസിച്ചിരുന്നു. എലി, താറാവ് തുടങ്ങിയ ചെറിയ മൃഗങ്ങളെ ഭക്ഷിച്ചിരുന്നു. അവന്റെ ഭയം ചെറിയ മൃഗങ്ങളിൽ മാത്രം ഒതുങ്ങി. പതുക്കെ അവൻ വളരാൻ തുടങ്ങി. ഇപ്പോൾ ശരീരം വലുതായപ്പോൾ കൂടുതൽ ഭക്ഷണം കഴിക്കേണ്ടി വന്നു. അത്തരമൊരു സാഹചര്യത്തിൽ, അവൻ ഒരു ദിവസം നിരവധി ചെറിയ മൃഗങ്ങളെ തിന്നുമായിരുന്നു. ആ പാമ്പ് പക്ഷികൾ, പക്ഷികളുടെ മുട്ടകൾ, എലികൾ, മുയലുകൾ, താറാവ് മുതലായവ മറ്റ് മൃഗങ്ങളെ ഭക്ഷിച്ചിരുന്നു. ഭക്ഷണം കഴിച്ച് അവൻ തന്റെ ദ്വാരത്തിൽ പോയി ഉറങ്ങാൻ പോകും. കാട്ടിലെ മൃഗങ്ങളെല്ലാം അവനെ ഓർത്ത് വിഷമിച്ചു.

സമയം പതുക്കെ കടന്നുപോയി, പാമ്പിന്റെ ശരീരം വലുതായിക്കൊണ്ടിരുന്നു. ഇപ്പോൾ അവൻ തന്റെ മാളത്തിൽ പ്രവേശിക്കാൻ ബുദ്ധിമുട്ടി. ചിലപ്പോൾ അവൻ തന്റെ ബില്ലിൽ കുടുങ്ങി. അങ്ങനെയിരിക്കെ ആ പാമ്പ് മറ്റൊരു ബില്ല് തേടി അങ്ങോട്ടും ഇങ്ങോട്ടും അലയാൻ തുടങ്ങി. ഇഴഞ്ഞു നീങ്ങി അയാൾ ഒരു ആൽമരത്തിന്റെ അടുത്തെത്തി. ഉറുമ്പുകൾ വളരെ വലിയ മാളമുണ്ടാക്കിയിരിക്കുന്നത് അയാൾ കണ്ടു. പാമ്പ് ചിന്തിച്ചു, “ഈ ബില്ല് എനിക്ക് അനുയോജ്യമാകും. ഇത് വലുതാണ്, മാത്രമല്ല എന്റെ ശരീരത്തിന് നല്ലതാണ്. ഇങ്ങനെ ചിന്തിച്ച് അവൻ ഉറുമ്പുകളുടെ

അടുത്ത് ചെന്ന് അവരോട് പറഞ്ഞു, "ഇന്ന് മുതൽ ഞാൻ ഈ കുഴിയിൽ വസിക്കും, നിങ്ങൾ എല്ലാവരും ഇവിടെ നിന്ന് പോകൂ."

നിരവധി മൃഗങ്ങൾക്ക് ഒരുമിച്ച് ജീവിക്കാൻ കഴിയുന്ന വളരെ വലുതാണ് ആൽമരം. അതുകൊണ്ടാണ് പല മൃഗങ്ങളും ആ ആൽമരത്തിൽ പക്ഷികളെ വളർത്തിയിരുന്നത്. എന്നാൽ പാമ്പ് ഇവിടെ നിൽക്കാൻ പറഞ്ഞുവെന്ന് കേട്ടപ്പോൾ എല്ലാവരും ഭയന്നു. ഈ പാമ്പ് എങ്ങനെ ഇവിടെ നിന്ന് പോകും എന്നാണ് എല്ലാവരും കരുതിയത്.

പാമ്പിന്റെ ശബ്ദം കേട്ടയുടനെ ഉറുമ്പുകൾ കോപാകുലരാവുകയും ഒരുമിച്ച് പാമ്പിനെ ആക്രമിക്കുകയും ചെയ്തു. ഉറുമ്പുകൾ പാമ്പിന്റെ ശരീരം മുഴുവനായും മൂടി, എല്ലാവരും പാമ്പിനെ കടിക്കാൻ തുടങ്ങി. അത്തരമൊരു സാഹചര്യത്തിൽ പാമ്പ് ആടിയുലയുകയും ഉടൻ തന്നെ അവിടെ നിന്ന് ഓടിപ്പോകുകയും ചെയ്തു. ഈ രീതിയിൽ ചെറിയ ഉറുമ്പുകൾ ഒരു വലിയ പാമ്പിനെ ഓടിച്ചു. അതുകൊണ്ടാണ് അത് പ്രത്യക്ഷപ്പെടുന്നതല്ല അത് എന്ന് പറയുന്നത്. മറ്റൊരാളുടെ ചെറിയ ശരീരം കാണുമ്പോൾ അയാൾ ദുർബലനാണെന്ന് കരുതരുത്. ഒരു ചെറിയ ഉറുമ്പിന് വലിയ ആനയെ എളുപ്പത്തിൽ ശല്യപ്പെടുത്താൻ കഴിയും.

4

സിംഹവും കുറുക്കനും

ഒരു കാട്ടിൽ ക്രൂരനായ ഒരു സിംഹം താമസിച്ചിരുന്നു. ആ സിംഹം വളരെ അപകടകാരിയായിരുന്നു, അത് കാട്ടിലെ എല്ലാ മൃഗങ്ങളെയും ഭയപ്പെടുത്തി. സിംഹം വിശപ്പടക്കാൻ കാട്ടിലെ മൃഗങ്ങളെ വേട്ടയാടി ഭക്ഷിച്ചിരുന്നു. സിംഹത്തിന് നല്ല വിശപ്പുണ്ടായിരുന്നു. കാട്ടിൽ

വേട്ടയാടാൻ തുടങ്ങി.

ഏറെ നേരം കാട്ടിൽ അലഞ്ഞെങ്കിലും ഒരു മൃഗത്തെയും കണ്ടില്ല. അവൻ വിശപ്പ് കൊണ്ട് ഭ്രാന്തനായി.

ഏറെ നേരം നടന്നതിനു ശേഷം സിംഹം ഒരു ഗുഹയുടെ അടുത്തെത്തി. ഗുഹയിൽ എത്തിയ ഉടനെ അദ്ദേഹം ചിന്തിച്ചു, "ഏതെങ്കിലും മൃഗങ്ങൾ തീർച്ചയായും ഇവിടെ വസിക്കുന്നുണ്ട്. ഞാൻ അവനെ വേട്ടയാടി തിന്നും. സിംഹം മെല്ലെ ഗുഹയ്ക്കുള്ളിലേക്ക് പോയി. ഗുഹയ്ക്കുള്ളിൽ ചെന്നപ്പോൾ അവിടെ ആരുമില്ലെന്നു കണ്ടു. ആ ഗുഹ ശൂന്യമായിരുന്നു. എന്നാൽ സിംഹത്തിന് അവിടെ മറ്റൊരു മൃഗത്തിന്റെ പുതിയ മണം ലഭിച്ചു, അതിനാൽ ഒരു മൃഗം തീർച്ചയായും ഇവിടെ വസിക്കുന്നുവെന്ന് അദ്ദേഹം മനസ്സിലാക്കി. അങ്ങനെയൊരു സാഹചര്യത്തിൽ സിംഹം അവിടെ ഒളിച്ചിരുന്ന് ഇരയെ കാത്തിരിക്കാൻ തുടങ്ങി.

കുറച്ചു കഴിഞ്ഞപ്പോൾ ഒരു കുറുക്കൻ അവിടെ വന്നു. കുറുക്കൻ തന്റെ ഗുഹയ്ക്ക് സമീപം എത്തിയപ്പോൾ ഗുഹയ്ക്കുള്ളിൽ സിംഹത്തിന്റെ കാൽപ്പാടുകൾ ഉള്ളതായി കണ്ടു. അത്തരമൊരു സാഹചര്യത്തിൽ കുറുക്കൻ ഭയപ്പെട്ടു, അകത്തേക്ക് പോകണോ വേണ്ടയോ എന്ന് അവൾ ചിന്തിക്കാൻ തുടങ്ങി. കുറുക്കൻ സ്വയം ശാന്തനായി തലച്ചോറ് ഉപയോഗിക്കാൻ തുടങ്ങി. സൂക്ഷിച്ചു നോക്കിയപ്പോൾ സിംഹത്തിന്റെ കാൽപ്പാടുകൾ ഉള്ളിലേക്ക് പോകുന്നുണ്ടെങ്കിലും തിരികെ വരുന്നില്ലെന്ന് കണ്ടെത്തി. അത്തരമൊരു സാഹചര്യത്തിൽ, സിംഹം ഉള്ളിലാണെന്ന് കുറുക്കന് മനസ്സിലായി.

തന്റെ തീരുമാനം ഉറപ്പിക്കാൻ കുറുക്കൻ മറ്റൊരു ഉപായം ആലോചിച്ചു തുടങ്ങി. കുറുക്കൻ പറഞ്ഞു, എന്റെ ഗുഹയിലേക്ക് വരൂ. നിങ്ങൾ എന്നെ സ്വാഗതം ചെയ്യുന്നില്ലേ?" കുറുക്കൻ ഇത് പറയുമ്പോൾ സിംഹം നിശബ്ദമായി ഉള്ളിൽ കേൾക്കുകയായിരുന്നു.

കുറുക്കൻ വീണ്ടും വിളിച്ചു, "എന്തെങ്കിലും കുഴപ്പമുണ്ടോ, പ്രിയ ഗുഹ? ഇന്ന് നിങ്ങൾ എന്നെ സ്വാഗതം ചെയ്യുന്നില്ല. ഇതുകേട്ട സിംഹം നിശ്ശബ്ദമായി ഇരിക്കരുതെന്നും അല്ലാത്തപക്ഷം കുറുക്കൻ ഓടിപ്പോവുമെന്നും വിചാരിച്ചു. സിംഹം പറഞ്ഞു, "ഇല്ല ഇല്ല! എല്ലാം ശരിയാണ്. അകത്തേക്ക് വരാൻ നിങ്ങൾക്ക് സ്വാഗതം. ഇപ്പോൾ

സിംഹം അകത്തുണ്ടെന്ന് കുറുക്കന് ഉറപ്പായി. അത്തരമൊരു സാഹചര്യത്തിൽ, അവൾ എത്രയും വേഗം അവിടെ നിന്ന് ഓടി രക്ഷപ്പെട്ടു. മറുവശത്ത്, അതേ സിംഹം അകത്ത് കാത്തുനിൽക്കുമ്പോൾ വിശന്നു മരിച്ചു.

കഥയുടെ ധാർമ്മികത: നമ്മൾ എപ്പോഴും ഒരു ബിസിനസ്സ് മനസ്സോടെ പ്രവർത്തിക്കണം. നമ്മൾ കുഴപ്പത്തിലാണെങ്കിൽ, ആദ്യം നമ്മുടെ മനസ്സിനെ ശാന്തമാക്കണം, എന്നിട്ട് ഒരു തീരുമാനം എടുക്കണം, അത് തെറ്റുകൾ വരുത്താനുള്ള സാധ്യത കുറയ്ക്കുന്നു.

5

കാളയും കാക്കയും

ഒരിക്കൽ വിശന്നുവലഞ്ഞ ഒരു കാക്ക ഭക്ഷണം തേടി അങ്ങോട്ടും ഇങ്ങോട്ടും അലഞ്ഞുനടക്കുമ്പോൾ റോഡരികിൽ ഒരു റൊട്ടി കണ്ടെത്തി. അവൾ ആ അപ്പവും എടുത്ത് ദൂരെയുള്ള ഒരു കാട്ടിൽ പോയി ഒരു മരത്തിൽ കാക്കയായി ഇരുന്നു. അവൻ റൊട്ടി കഴിക്കാൻ തുടങ്ങിയപ്പോൾ, അതേ സമയം ഒരു കുറുക്കൻ അവന്റെ അടുത്തേക്ക് വന്നു.

കുറുക്കനും വിശന്നു, കാക്കയുടെ വായിൽ അപ്പം കണ്ടിട്ട് ആ അപ്പം തിന്നുമെന്ന് കരുതി. ഇങ്ങനെ ചിന്തിച്ച് കുറുക്കൻ കാക്കയോട് പറഞ്ഞു: "ഹേ കാക്ക! നിങ്ങൾ ഇന്ന് വളരെ സുന്ദരിയാണ്, നിങ്ങൾ നന്നായി പാടും എന്ന് ഞാൻ കേട്ടിട്ടുണ്ട്. നീ എനിക്ക് പാടുമോ? നിങ്ങളുടെ പാട്ട് കേൾക്കാൻ ഞാൻ കൊതിക്കുന്നു. ,

കാക്ക അവന്റെ സ്തുതി കേട്ട് വളരെ സന്തോഷിക്കുകയും പാട്ട് പാടാൻ ആലോചിക്കുകയും ചെയ്തു. എന്നാൽ പാട്ട് പാടുന്നതിന് മുമ്പ് അവന്റെ മനസ്സിൽ ഒരു ചിന്ത വന്നു, അവൻ പാടിയാൽ അവന്റെ വായിൽ നിന്ന് അപ്പം താഴെ വീഴും എന്നിട്ട് കുറുക്കൻ അത് തിന്നും. അങ്ങനെ കാക്ക അവന്റെ കാൽക്കീഴിൽ അപ്പം അമർത്തി പാടാൻ തുടങ്ങി.

കാക്ക ഇത് ചെയ്തപ്പോൾ, കുറുക്കൻ തന്റെ തന്ത്രം ഫലിക്കുന്നില്ലെന്ന് മനസ്സിലാക്കി, അവൻ മറ്റൊരു തന്ത്രം പരീക്ഷിച്ചു. അവൻ കാക്കയോട് പറഞ്ഞു, "അയ്യോ, എത്ര മധുരമുള്ള പാട്ടാണ് നിങ്ങൾ പാടുന്നത്. നീ നൃത്തത്തിലും മിടുക്കനാണെന്ന് കേട്ടിട്ടുണ്ട്. ഡാൻസ് കാണിച്ചു തരുമോ?

അങ്ങനെയുള്ള പ്രശംസ കേട്ട് കാക്ക കൂടുതൽ സന്തോഷിച്ചു. ആഹ്ലാദത്തിൽ, തന്റെ കാൽക്കീഴിൽ അപ്പമുണ്ടെന്ന കാര്യം അവൻ മറന്നു. കാക്ക നൃത്തം ചെയ്യാൻ തുടങ്ങി. കാക്ക രണ്ടു കാലും പൊക്കിയപ്പോൾ അപ്പം താഴേക്ക് പോയി. ഉടനെ കുറുക്കൻ ആ അപ്പം വായിൽ അമർത്തി മുന്നോട്ട് പോയി.

കുറുക്കൻ തന്നെ കബളിപ്പിക്കുകയാണെന്ന് ഇപ്പോൾ കാക്കയ്ക്ക് മനസ്സിലായി. അതുകൊണ്ടാണ് നമ്മുടെ കള്ളസ്തുതി കേട്ട് സന്തോഷിക്കരുതെന്ന് പറയുന്നത്.

6

കുറുക്കനും കൊക്കും

പണ്ട് പണ്ട് ഈ കാട്ടിൽ ഒരു കുറുക്കനും കൊക്കും ജീവിച്ചിരുന്നു. കുറുക്കൻ വളരെ മിടുക്കനായിരുന്നു. കൊക്കോ വളരെ ബുദ്ധിമാനും മറ്റുള്ളവരോട് നന്നായി പെരുമാറിയതും ആയിരുന്നു. മറ്റുള്ളവരുമായി നന്നായി ഇടപഴകുമായിരുന്നു. അവൻ ഒരിക്കലും ആരെയും അപമാനിക്കാൻ ശ്രമിക്കുന്നില്ല.

ഒരു ദിവസം കുറുക്കൻ അവനെ അപമാനിക്കാൻ കൊക്കയുടെ അടുത്ത് വന്ന് അവനോട് പറഞ്ഞു, "എന്റെ സുഹൃത്തേ നിനക്ക് സുഖമുണ്ട്."

"എനിക്ക് സുഖമാണ്," കൊക്ക കുറുക്കനോട് പറഞ്ഞു, "നീ ഇന്ന് ഇവിടെ എങ്ങനെ വന്നുവെന്ന് എന്നോട് പറയൂ."

"ഞാൻ നിങ്ങളെ ക്ഷണിക്കാൻ വന്നതാണ്. യഥാർത്ഥത്തിൽ ഇത് എന്റെ ജന്മദിനമാണ്, എന്റെ ജന്മദിനം ആഘോഷിക്കാൻ ഞാൻ ഒരു പാർട്ടി സംഘടിപ്പിക്കുകയാണ്, എന്റെ ജന്മദിനത്തിന് എല്ലാവരേയും ക്ഷണിക്കുന്നു. എന്റെ ജന്മദിന പാർട്ടിക്ക് നിങ്ങളും വരണമെന്ന് ഞാൻ

ആഗ്രഹിക്കുന്നു.

"അതെ ശരി. ഞാൻ തീർച്ചയായും വരും. കൊക്ക പറഞ്ഞു. ഇതും പറഞ്ഞ് കുറുക്കൻ അവിടെ നിന്നും പോയി. പിന്നെ കൊക്ക അടുത്ത ദിവസത്തിനായി കാത്തിരിക്കാൻ തുടങ്ങി. നേരം പുലർന്നപ്പോൾ കൊക്കോ തന്റെ പിറന്നാൾ പാർട്ടിക്ക് പോകാൻ ഒരുങ്ങുകയായിരുന്നു. പാർട്ടിക്കുള്ള സമയമായി, ഇപ്പോൾ കൊക്ക കുറുക്കന്റെ വീട്ടിലെത്തി. കുറുക്കൻ കൊക്കയെ സ്വാഗതം ചെയ്തു ഭക്ഷണം കഴിക്കാൻ ആവശ്യപ്പെട്ടു.

കുറുക്കൻ സമർത്ഥമായി ഒരു തളികയിൽ കൊക്കയ്ക്ക് ഭക്ഷണം നൽകി. കൊക്കിന് വളരെ നീളമുള്ള കൊക്ക് ഉള്ളതിനാൽ ഇത്തരത്തിൽ പ്ലേറ്റിൽ നിന്ന് ഭക്ഷണം കഴിക്കാൻ കഴിയാതെ കനം കുറഞ്ഞ പ്ലേറ്റിലെ ഭക്ഷണം കണ്ട് കൊക്ക് ഭയന്നു. കൊക്ക് എപ്പോഴും കനം കുറഞ്ഞ കുടത്തിലാണ് ഭക്ഷണം കഴിച്ചിരുന്നത്. അങ്ങനെയൊരവസ്ഥയിൽ കുറുക്കൻ ഇങ്ങോട്ട് വിളിച്ചത് തന്നെ കളിയാക്കാനും അപമാനിക്കാനുമാണ് എന്ന് കൊക്കയ്ക്ക് മനസ്സിലായി.

കുറുക്കൻ കൊക്കയോട് ചോദിച്ചു, എന്താ കാര്യം, ഇന്നത്തെ ഭക്ഷണം നല്ലതല്ല, അല്ലേ? കഴിക്കൂ, കഴിക്കൂ, ഞങ്ങൾ ഇത് നന്നായി ഉണ്ടാക്കിയിട്ടുണ്ട്, നിങ്ങൾക്ക് വേണമെങ്കിൽ, ഞാൻ കൂടുതൽ കൊണ്ടുവരാം.

"വേണ്ട-ഇല്ല, അത് മതി." ഇത്രയും പറഞ്ഞു കൊക്ക രഹസ്യമായി പോയി.

കുറച്ച് ദിവസങ്ങൾക്ക് ശേഷം കൊക്കയുടെ ജന്മദിനവും വന്നു, ഈ അവസരത്തിൽ അവൻ കുറുക്കനെ കബളിപ്പിക്കാൻ ആഗ്രഹിച്ചു. അവനും ചെന്ന് കുറുക്കനെ ക്ഷണിച്ച് അവനോട് പറഞ്ഞു: നാളെ എന്റെ ജന്മദിനമാണ്, നീ വരൂ.

"അതെ ഞാൻ തീർച്ചയായും വരും." ഫോക്സ് പറയുന്നു. പിറ്റേന്ന് കുറുക്കൻ ഒരുങ്ങി പിറന്നാൾ ആഘോഷിക്കാൻ കൊക്കയുടെ വീട്ടിൽ പോയി. കൊക്ക് തിന്നാൻ ഭക്ഷണം തന്നു എന്നാൽ കൊക്ക കുറുക്കന് ഭക്ഷണം കൊടുത്തു. കുറുക്കൻ പ്ലേറ്റിൽ നിന്ന് ഭക്ഷണം കഴിച്ചു. ഇത് ചെയ്തുകൊണ്ട് കൊക്ക് അവനെ കബളിപ്പിക്കാൻ ആഗ്രഹിച്ചു. താൻ തന്നോട് ചെയ്തത് പോലെയാണ് കൊക്കയും ചെയ്യുന്നതെന്ന് കുറുക്കന് മനസ്സിലായി.

താൻ കബളിപ്പിക്കപ്പെടുകയാണെന്ന് കുറുക്കന് മനസ്സിലായി. അതുകൊണ്ടാണ് ഒരു ഒഴികഴിവ് പറഞ്ഞ് അവൾ അവിടെ നിന്നും പോയത്.

കഥയുടെ ധാർമ്മികത- എന്ത് സംഭവിച്ചാലും നമ്മുടെ അതിഥിയെ നന്നായി പരിപാലിക്കണമെന്നും മറ്റുള്ളവരെ നിരാശരാക്കരുതെന്നും ഈ കഥയിൽ നിന്ന് നാം മനസ്സിലാക്കുന്നു.

7

ഹീരയും അറിവുള്ള വൃക്ഷവും

ഒരിക്കൽ. കഠിനാധ്വാനിയായ ഒരു കർഷകൻ ഒരു ഗ്രാമത്തിൽ താമസിച്ചിരുന്നു. ഹിറ എന്നായിരുന്നു അവന്റെ പേര്. അവൻ കഠിനാധ്വാനിയായിരുന്നതിനാൽ ആളുകൾ അവനെ കഠിനാധ്വാനി എന്ന് വിളിച്ചു. എത്ര അധ്വാനിച്ചിട്ടും ഇത്രയും ഫലം കിട്ടിയില്ല എന്നതായിരുന്നു ഇപ്പോൾ പ്രശ്നം. കുറച്ചു ജോലി ചെയ്താലും കൂടുതൽ പണം സമ്പാദിക്കുന്ന അത്തരത്തിലുള്ള ധാരാളം ആളുകൾ ഗ്രാമത്തിൽ ഉണ്ടായിരുന്നു.അവർ സന്തോഷകരമായ ജീവിതം നയിച്ചു. അവരെ കാണുമ്പോൾ, ഹീര സങ്കടപ്പെടുകയും എന്റെ ജീവിതവും മെച്ചപ്പെടാൻ എന്തുചെയ്യണമെന്ന് ചിന്തിക്കുകയും ചെയ്യുന്നു. എനിക്ക് മറ്റുള്ളവരെപ്പോലെ ജീവിതം നയിക്കാൻ കഴിയും.

ഇതെല്ലാം ആലോചിച്ച് അയാൾക്ക് സങ്കടം വന്നു തുടങ്ങി. ഇങ്ങനെ ചെയ്താൽ അയാൾ തന്റെ ദിവസം മുഴുവൻ പാഴാക്കും. ഒരു ദിവസം കാനനപാതയിലൂടെ പോകുമ്പോൾ. അങ്ങനെ അവൻ തളർന്നു ഒരു മരത്തിന്റെ ചുവട്ടിൽ ഇരുന്നു. മരത്തിന്റെ ചുവട്ടിലിരുന്ന് അവൻ അതേ കാര്യങ്ങൾ ചിന്തിച്ച് സ്വയം ശപിച്ചുകൊണ്ടിരുന്നു. അപ്പോൾ പിച്ചിൽ നിന്ന് ഒരു ശബ്ദം ഉയർന്നു, "നിങ്ങളുടെ കഷ്ടതയുടെ കാരണം എനിക്കറിയാം, അത് എങ്ങനെ നീക്കംചെയ്യാമെന്ന് ഞാൻ നിങ്ങളോട് പറയാം."

പെട്ടെന്ന് ഈ ശബ്ദം കേട്ട് ഹീര പേടിച്ചു. അവൻ ചുറ്റും നോക്കിയെങ്കിലും ആരെയും കാണാത്തതിനാൽ "ആരാണ് ഇതൊക്കെ പറയുന്നത്?"

അപ്പോൾ ഒരു ശബ്ദം ഉണ്ടായി: “ഇത് ഞാൻ പറയുന്നത് നിങ്ങളുടെ പുറകിൽ നിങ്ങൾ ഇരിക്കുന്ന മരത്തെക്കുറിച്ചാണ്. ആളുകളുടെ ആഗ്രഹങ്ങൾ നിറവേറ്റുന്ന ഒരു വൃക്ഷമാണ് ഞാൻ. നിങ്ങൾ നിരാശനായി നിൽക്കുന്നത് കാണുമ്പോൾ, നിങ്ങളുടെ ആഗ്രഹങ്ങൾ നിറവേറ്റണമെന്ന് എനിക്ക് തോന്നുന്നു. അപ്പോൾ പറയൂ, എനിക്ക് നിങ്ങളെ എന്ത് സഹായിക്കാനാകും?

അത്തരമൊരു സാഹചര്യത്തിൽ, എന്താണ് സംഭവിക്കുന്നതെന്ന് ഹീര വളരെ നേരം വിഷമിച്ചു. പിന്നെ കുറച്ച് സമയമെടുത്ത ശേഷം ഹീര ആ മരത്തോട് പറഞ്ഞു, “എന്നെപ്പോലെ ആരും അധ്വാനിക്കുന്നില്ല, പക്ഷേ അതിനനുസരിച്ച് എനിക്ക് ഫലം ലഭിക്കുന്നില്ല. അതിനാൽ എന്റെ ജീവിതം നന്നായി ചെലവഴിക്കാൻ എനിക്ക് കുറച്ച് സമ്പത്ത് ലഭിക്കണമെന്ന് ഞാൻ ആഗ്രഹിക്കുന്നു.

മരം വജ്രത്തെ ശ്രദ്ധിച്ചു, നിങ്ങളുടെ ആഗ്രഹം നിറവേറ്റാൻ അവനോട് പറഞ്ഞു, അടുത്ത 30 ദിവസത്തേക്ക് നിങ്ങൾക്ക് ആവശ്യമുള്ള പണം നിങ്ങൾക്ക് സ്വയമേവ ലഭിക്കും, അത് നിങ്ങൾക്ക് ആവശ്യമുള്ള രീതിയിൽ ഉപയോഗിക്കാം.

വഴിയിൽ, ഹിറ വളരെ സന്തോഷവതിയായി, സന്തോഷത്തോടെ നേരെ അവന്റെ വീട്ടിലേക്ക് പോയി, അവൻ വീട്ടിൽ ചെന്നയുടനെ തന്റെ അലമാരയുടെ നിലവറയിൽ പണം നിറഞ്ഞിരിക്കുന്നതായി കണ്ടു. ആ പണം കൊണ്ട് സുഖപ്രദമായ എല്ലാ സാധനങ്ങളും അവൻ വാങ്ങി, ആ പണം കഴിയുന്നിടത്തെല്ലാം ചെലവഴിച്ചു. ഇത് ചെയ്യുന്നതിനിടയിൽ, അടുത്ത 30 ദിവസം മുഴുവൻ ആശാറാമിൽ ചെലവഴിച്ചു, പണം നന്നായി ചെലവഴിച്ചു.

സമയം കഴിഞ്ഞിരുന്നു. കിട്ടിയ പണമെല്ലാം ചിലവഴിച്ച ഹീര ഇപ്പോൾ ഒരു പൈസ പോലും ബാക്കിയില്ല. അത്തരമൊരു സാഹചര്യത്തിൽ, ഹീര വീണ്ടും വിഷാദാവസ്ഥയിലാവുകയും തന്റെ മുന്നിലുള്ള കാര്യങ്ങളെക്കുറിച്ച് വീണ്ടും ആശങ്കപ്പെടുകയും ചെയ്തു.

ഹീറോ വീണ്ടും ആ മരത്തിന്റെ അടുത്ത് ചെന്ന് എനിക്ക് കൂടുതൽ പണവും കൂടുതൽ സമയവും വേണം, ആ പണം നിക്ഷേപിക്കാം എന്ന് പറഞ്ഞു.

അപ്പോൾ മരം അവനോട് പറഞ്ഞു, ഇത് നിങ്ങളുടെ ബുദ്ധിമുട്ടാണ്, നിങ്ങൾ ചെയ്യുന്ന കഠിനാധ്വാനത്തിനനുസരിച്ച് നിങ്ങൾക്ക് പണം

ലഭിക്കുന്നു, പക്ഷേ നിങ്ങൾ ആ പണത്തെ വിലമതിക്കുന്നില്ല, അത് നിങ്ങൾക്ക് ലഭിക്കുന്നിടത്തെല്ലാം ചെലവഴിക്കുന്നു. ഭാവിയിലേക്ക് പണമില്ലാതിരിക്കാൻ, നിങ്ങൾ മറ്റുള്ളവരുമായി സ്വയം താരതമ്യം ചെയ്യാൻ തുടങ്ങുന്നു, എന്നാൽ നിങ്ങൾ മറ്റുള്ളവരെ നോക്കുകയാണെങ്കിൽ, അവർ മറ്റുള്ളവരുടെ പണത്തെ വിലമതിക്കുകയും അവരുടെ ഭാവിക്കായി അത് ലാഭിക്കുകയും സന്തോഷത്തോടെ ജീവിതം നയിക്കുകയും ചെയ്യുന്നു.

ഇത് കേട്ടതും ഹിറയുടെ കണ്ണ് തുറന്നു, ഞാൻ എന്ത് കഠിനാധ്വാനം ചെയ്താലും എന്ത് പൈസ കിട്ടിയാലും അത് കൃത്യമായി ചിലവഴിച്ച് എന്റെ ഭാവിക്ക് വേണ്ടി കരുതിവെക്കാം എന്ന് അവൾ തീരുമാനിച്ചു. കുട്ടികളുടെ കഥകൾ.

കഥയുടെ ധാർമ്മികത - ഭാവിയിലേക്കായി നമ്മൾ എപ്പോഴും പണം ലാഭിക്കണം, പണം എങ്ങനെ ശരിയായി ഉപയോഗിക്കണമെന്ന് എപ്പോഴും പഠിക്കേണ്ടതും വളരെ പ്രധാനമാണ്.

8

സ്വർണ്ണ ഇല

ഒരിക്കൽ ഒരു സ്ത്രീ തന്റെ ചെറിയ വീട്ടിൽ രണ്ട് കുട്ടികളുമായി താമസിച്ചിരുന്നു, അവൾ വളരെ ദരിദ്രയായിരുന്നു. അവർ വളരെ ദരിദ്രരായിരുന്നു, അവർക്ക് തിന്നാനും കുടിക്കാനും പോലും ഒരുപാട് കഷ്ടപ്പെടേണ്ടി വന്നു, ചിലപ്പോൾ അവർക്ക് വിശന്നു കിടക്കേണ്ടി വന്നു. അത്തരമൊരു സാഹചര്യത്തിൽ, ആ സ്ത്രീ എല്ലാ രാത്രിയും ആകാശത്തേക്ക് നോക്കി, ഞങ്ങളുടെ ജീവിതം നന്നാകട്ടെ, ഞങ്ങൾ എല്ലാവരും നന്നായി ജീവിക്കാൻ തുടങ്ങട്ടെ എന്ന് ഞാൻ ഒരു കാര്യം മാത്രം പറയും. അവനും ഇത് സംഭവിച്ചു. ഒരു രാത്രി ഒരു മാലാഖ അതുവഴി കടന്നുപോയി, ആ മാലാഖ ആ സ്ത്രീയുടെ ദുരവസ്ഥ കാണുകയും അവളുടെ വാക്കുകൾ ശ്രദ്ധാപൂർവം ശ്രദ്ധിക്കുകയും ചെയ്തു.

അത് കേട്ട് യക്ഷിക്ക് സഹതാപം തോന്നി, യക്ഷി ആ സ്ത്രീക്ക് ഒരു മരം നൽകി, ഈ മരത്തിൽ നിന്ന് ഒരു ഇല താഴെ വീഴുമ്പോൾ അത് സ്വർണ്ണമായി മാറുമെന്ന് അവളോട് പറഞ്ഞു. ആ സ്വർണം ചന്തയിൽ വിറ്റ് പണം സമ്പാദിക്കുകയും സന്തോഷത്തോടെ വീട് നടത്തുകയും ചെയ്യാം.

ഇതെല്ലാം കണ്ടു ആ സ്ത്രീ വളരെ സന്തോഷിച്ചു. ഇപ്പോൾ അവന്റെ അവസ്ഥ മുമ്പത്തേക്കാൾ മെച്ചപ്പെട്ടു. ഇപ്പോൾ അവനും അവന്റെ മക്കൾക്കും ഇഷ്ടം പോലെ ഭക്ഷണം കിട്ടും.

ആ സ്ത്രീ ആ മരത്തെ നന്നായി പരിപാലിക്കാൻ തുടങ്ങി, കാലക്രമേണ അവൾക്ക് സ്വർണ്ണം ലഭിച്ചു. പതിയെ ആ മരം അവർക്ക് കൂടുതൽ ഇലകൾ കൊടുക്കാൻ തുടങ്ങി. ഇങ്ങനെ അവരും സമ്പന്നരായിക്കൊണ്ടേയിരുന്നു.

പക്ഷേ, ആ സ്ത്രീയുടെ അത്യാഗ്രഹം വർദ്ധിച്ചുകൊണ്ടിരുന്നു, ഞാൻ എന്തിനാണ് മുഴുവൻ ഇലകളും എടുത്ത് ഒരുമിച്ച് വിൽക്കുന്നത്, ഇത് കാരണം ദൈനംദിന ബുദ്ധിമുട്ട് ഉണ്ടാകില്ല, പണം ഞങ്ങൾക്ക് ഒരുമിച്ച് വരുമെന്ന് അവൾ ചിന്തിച്ചു. ആ സ്ത്രീയും അതുതന്നെ ചെയ്തു. ആ സ്ത്രീ മരത്തിന്റെ ഇലകളെല്ലാം പുറത്തെടുത്തു, എന്നിട്ട് ഇലകൾ സ്വർണ്ണമായി മാറുന്നതിനായി അവൾ കാത്തിരിക്കാൻ തുടങ്ങി. കാലം കടന്നു പോയെങ്കിലും ഇലകൾ ഉണങ്ങി ഇങ്ങനെ തന്നെ നിന്നു.

ഇപ്പോൾ മരവും ഉണങ്ങി, സ്ത്രീയുടെ പണം മെല്ലെ തീരാൻ തുടങ്ങി.

ഏതാനും മാസങ്ങൾക്കുശേഷം സ്ത്രീകൾ വീണ്ടും ദരിദ്രരായി. ഇപ്പോൾ അവന്റെ അവസ്ഥ പഴയതുപോലെ തന്നെ.

കഥയുടെ ധാർമ്മികത - അമിതമായ അത്യാഗ്രഹം ഒരു നല്ല കാര്യമല്ല. നമ്മളെത്തന്നെ നിയന്ത്രിച്ചുകൊണ്ട് നമ്മുടെ ഉള്ളിലെ പലതരം അത്യാഗ്രഹങ്ങളെ നിയന്ത്രിക്കണം.

9

ഐക്യത്തിൽ ശക്തി

ഭോല എന്ന കർഷകൻ ഒരു ഗ്രാമത്തിൽ താമസിച്ചിരുന്നു. ആ കർഷകന് 5 കുട്ടികളുണ്ടായിരുന്നു. ആ അഞ്ചു കുട്ടികൾ തമ്മിൽ പണ്ട് ഒരുപാട് വഴക്കുകൾ ഉണ്ടായിരുന്നു, ഇത് കണ്ട് ഭോല വളരെ അസ്വസ്ഥനായിരുന്നു. ഭോല നിർബന്ധിച്ചിട്ടും അവർ സമ്മതിക്കാതെ പരസ്പരം പോരടിക്കുകയായിരുന്നു. ഇപ്പോൾ ഭോലയുടെ പ്രായം വന്നു, അവൻ വൃദ്ധനായി, അവന്റെ എല്ലാ കുട്ടികളും പെട്ടെന്നുതന്നെ വളർന്നു.

ഭോലയുടെ അവസാന സമയം അടുത്തിരുന്നു. ഞാൻ പോയിക്കഴിഞ്ഞാൽ ഈ അഞ്ചുപേർക്കും എന്ത് സംഭവിക്കുമെന്ന് അയാൾ ആശങ്കാകുലനായിരുന്നു?

ഇങ്ങനെ അവർ തമ്മിൽ വഴക്കിട്ടാൽ ആർക്കും അവരെ നശിപ്പിക്കാനും മുതലെടുക്കാനും കഴിയും.

അവസാനനിമിഷം അഞ്ചുമക്കളെയും വിളിച്ചുവരുത്തി, പോയി രണ്ടു തടി വീതം കൊണ്ടുവരാൻ പറഞ്ഞു.

അച്ഛന്റെ അഭ്യർത്ഥന പ്രകാരം, അഞ്ചുപേരും അങ്ങനെ ചെയ്തു, എല്ലാവരും ഒരുമിച്ച് രണ്ട് വടികൾ കൊണ്ടുവന്നു. വിറക് കൊണ്ടുവന്ന ശേഷം ഭോല അവരോട് ഓരോ തടിയും കൈകൊണ്ട് പൊട്ടിക്കാൻ ആവശ്യപ്പെട്ടു.

എല്ലാ ആൺകുട്ടികളും മാറിമാറി വടികൾ ഓരോന്നായി ഒടിച്ചു. അവയ്ക്കെല്ലാം എളുപ്പത്തിൽ തടി തകർക്കാൻ കഴിയും.

ഭോല തന്റെ കുട്ടികളോട് പറഞ്ഞു, ഇപ്പോൾ അഞ്ച് വടികളും ഒരുമിച്ച് ശേഖരിച്ച് ഒരു കെട്ടുണ്ടാക്കി അത് പൊട്ടിച്ച് കാണിക്കുക.

എല്ലാവരും അങ്ങനെ തന്നെ ചെയ്തു അഞ്ച് വടികൾ ഒരു കെട്ടുണ്ടാക്കി, അത് മാറിമാറി പൊട്ടിക്കാൻ ശ്രമിച്ചു. ആദ്യം മൂത്തമകൻ ശ്രമിച്ചെങ്കിലും തകർക്കാനായില്ല. അവൻ കൂടുതൽ ശക്തിയോടെ അത് തകർക്കാൻ ശ്രമിച്ചു, പക്ഷേ അയാൾക്ക് അത് തകർക്കാൻ കഴിഞ്ഞില്ല. മറ്റ് നാല് സഹോദരന്മാരും അങ്ങനെ തന്നെ ചെയ്തു, പക്ഷേ ആർക്കും ആ കെട്ടഴിക്കാൻ കഴിഞ്ഞില്ല.

ഇത് കണ്ട ഭോല ആ അഞ്ച് സഹോദരന്മാരോട് നിങ്ങൾക്ക് ഒരു തടി കഷ്ണം വളരെ എളുപ്പത്തിൽ തകർക്കാൻ കഴിയുമെന്ന് വിശദീകരിച്ചു. പക്ഷേ, അഞ്ച് കോലുകളുള്ള അതേ സംഘം

രൂപപ്പെടുമ്പോൾ, ഒരു ദശലക്ഷം തവണ ശ്രമിച്ചിട്ടും നിങ്ങൾക്ക് അത് ഉപേക്ഷിക്കാൻ കഴിയില്ല. നിങ്ങൾ സ്വയം സൂക്ഷ്മമായി നോക്കുകയാണെങ്കിൽ, നിങ്ങൾ അഞ്ച് വ്യത്യസ്ത വടികളാണ്, അതിൽ ഒരു പൊരുത്തവുമില്ല. നിങ്ങൾ ഒരുമിച്ചാണെങ്കിൽ, ഒന്നിനും നിങ്ങളെ ഉപദ്രവിക്കാൻ കഴിയില്ല, ഒരുമിച്ച് നിങ്ങൾ എല്ലായ്പ്പോഴും ശക്തരായിരിക്കും.

ഐക്യത്തിന്റെ പ്രാധാന്യം ബോല തന്റെ കുട്ടികളെ പഠിപ്പിച്ചത് ഇങ്ങനെയാണ്. ഒറ്റയ്ക്കിരിക്കുന്ന വ്യക്തിയെ ജനങ്ങൾ ദുർബലനായി കണക്കാക്കുന്നതാണ് ഈ കാര്യം നമുക്ക് ചുറ്റും കാണുന്നത്. എന്നാൽ അവനോടൊപ്പം അഞ്ച് പേർ കൂടി ഉണ്ടെങ്കിൽ, ആളുകൾ അവനെ ശക്തനും ശക്തനുമായി കണക്കാക്കുകയും അവനെ ശല്യപ്പെടുത്താൻ ഒരു ദശലക്ഷം തവണ ചിന്തിക്കുകയും ചെയ്യുന്നു. അതുകൊണ്ടാണ് ഐക്യത്തിൽ ശക്തിയുണ്ടെന്ന് പറയുന്നത്. കുട്ടികളുടെ കഥകൾ.

കഥയുടെ ധാർമ്മികത - ഐക്യത്തിൽ ശക്തിയുണ്ട്. അതുകൊണ്ടാണ് നമ്മൾ ഒരുമിച്ചു ജീവിക്കണമെന്ന് പറയുന്നത്.

10

ഒരു യഥാർത്ഥ സുഹൃത്ത്

ഗോവിന്ദ് എന്നു പേരുള്ള ഒരു ആൺകുട്ടി ഒരു നഗരത്തിൽ താമസിച്ചിരുന്നു. ഗോവിന്ദ് വളരെ നല്ല കുട്ടിയായിരുന്നു. എന്നാൽ അദ്ദേഹം ഒരു ദിവ്യാംഗനായിരുന്നു. ആളുകൾ ചുറ്റിനടക്കുന്നത് കാണുമ്പോൾ അവൻ പലപ്പോഴും സന്തോഷിക്കും. കൂട്ടുകാർ കളിക്കുന്നത് കണ്ടാൽ അവൻ സന്തോഷിച്ചേനെ. പക്ഷേ, അവൻ തന്നെ അങ്ങനെ ചെയ്യുമെന്ന് ചിന്തിച്ചപ്പോൾ, അയാൾക്ക് അതിൽ സങ്കടമുണ്ടാകും.

ഗോവിന്ദിന് രണ്ട് സുഹൃത്തുക്കളും ഉണ്ടായിരുന്നു. അവരിൽ ഒരാളുടെ പേര് രവിയും മറ്റൊരാൾ ഭോലയും ആയിരുന്നു. രവി

എപ്പോഴും ഗോവിന്ദിനെ സഹായിക്കുകയും ആരുടെ ബുദ്ധിമുട്ടിലായാലും സഹായിക്കാൻ മുന്നിട്ടിറങ്ങുകയും ചെയ്യുമായിരുന്നു. എന്നാൽ മറുവശത്ത്, ഭോലയെക്കുറിച്ച് പറയുമ്പോൾ, അദ്ദേഹം എപ്പോഴും ഗോവിന്ദിന്റെ വൈകല്യത്തെ കളിയാക്കി.

ഒരു ദിവസം പെട്ടെന്ന് വഴിയിൽ വീണ ഗോവിന്ദ് വീണപ്പോൾ പരിക്ക് പറ്റിയിരുന്നു. അവൻ വീണുപോയത് കണ്ട് ഭോല അവനെ നോക്കി ചിരിക്കാനും കളിയാക്കാനും തുടങ്ങി. എന്നാൽ പെട്ടെന്ന് രവി വന്ന് ഭോലയെ കൂട്ടിക്കൊണ്ടുപോയി സഹായിച്ചു. അന്നേരം രവി ബോലയെ ശാസിച്ചുകൊണ്ട് പറഞ്ഞു, "എന്തൊരു സുഹൃത്താണ് നിങ്ങൾ, നിങ്ങളുടെ സുഹൃത്തുക്കളിൽ ഒരാളെ വിഷമിപ്പിക്കുന്നത് കണ്ട് നിങ്ങൾ ചിരിക്കുന്നു. നിങ്ങൾ സ്വയം ലജ്ജിക്കണം."

ഇത് കേട്ട് അവൻ നിശബ്ദനായി. ഇത്രയും ചെയ്തിട്ടും പറഞ്ഞ ശീലത്തിന് ഒരു പുരോഗതിയും ഉണ്ടായില്ല. അവൻ വീണ്ടും ഗോവിന്ദിനെ കളിയാക്കാൻ തുടങ്ങി. ഇത് കണ്ട രവിയും ഗോവിന്ദും ഭോലയുമായുള്ള സൗഹൃദം തകർക്കുന്നു. അവർ അവനിൽ നിന്ന് വേർപിരിഞ്ഞ് താമസിക്കാൻ തുടങ്ങി. ഇപ്പോൾ ഇരുവരും ഭോലയോട് സംസാരിക്കാതെ അവനിൽ നിന്ന് അകന്നു നിൽക്കുകയാണ്.

അങ്ങനെ ഭോല മറ്റ് സുഹൃത്തുക്കളെ ഉണ്ടാക്കാൻ തുടങ്ങി. എന്നാൽ ഇവരെല്ലാം ഭോലയിൽ നിന്ന് അകന്നു പോകുമായിരുന്നു. കാരണം അവന്റെ ശീലം ഇപ്പോഴും മാറിയിട്ടില്ല. മറ്റുള്ളവരെ കളിയാക്കുന്നത് നിർത്തിയില്ല.

ഇപ്പോൾ ഭോല ഏകാന്തനായിരുന്നു, സുഹൃത്തുക്കളില്ല. അത്തരമൊരു സാഹചര്യത്തിൽ ഭോല വളരെ സങ്കടപ്പെടാൻ തുടങ്ങി, അവൻ എപ്പോഴും ദുഃഖിതനായിരുന്നു.

ഭോലയുടെ അവസ്ഥ കണ്ടപ്പോൾ രവിയും ഗോവിന്ദും പോയി അവനോട് സംസാരിച്ച് അവനെ നന്നായി മനസ്സിലാക്കാൻ തീരുമാനിച്ചു. രവിയും ഗോവിന്ദും അനുനയിപ്പിച്ച് അവരുടെ വാക്കുകൾ കേട്ട് ഭോല കുറച്ചുനേരം കരഞ്ഞു. ഇതിനുശേഷം ഭോല വളരെ തെറ്റാണെന്നും താൻ ഇത് ചെയ്യാൻ പാടില്ലായിരുന്നുവെന്നും തിരിച്ചറിഞ്ഞു. അന്നുമുതൽ ഭോല ആരെയും കളിയാക്കില്ല, അവൻ ഏറ്റവും നല്ലവരുമായി സംസാരിക്കാൻ തുടങ്ങി. ഇപ്പോൾ ഗോവിന്ദും

രവിയും ഭോലയും വളരെ നല്ല സുഹൃത്തുക്കളാണ്, അവരുടെ സൗഹൃദം വർഷങ്ങളായി നിലനിൽക്കുന്നു.

കഥയുടെ ധാർമ്മികത - നല്ല സുഹൃത്തുക്കൾ എപ്പോഴും മോശം സമയങ്ങളിൽ നമ്മെ സഹായിക്കുന്നു. നമ്മൾ എപ്പോഴും തിരഞ്ഞെടുക്കുന്നതിലൂടെ നമ്മുടെ സുഹൃത്തുക്കളെ ഉണ്ടാക്കണം, ആരാണ് നമ്മുടെ നല്ല സുഹൃത്താകാൻ കഴിയുകയെന്ന് നാം അറിഞ്ഞിരിക്കണം.

11

ദാരിദ്ര്യം ഒഴികഴിവ്

ഒരു നഗരത്തിൽ രോഹൻ എന്ന കുട്ടി താമസിച്ചിരുന്നു. രോഹൻ ദിവസം മുഴുവൻ ദുഃഖിതനായിരുന്നു, തന്റെ ജീവിതമാണ് ഏറ്റവും മോശമായതെന്ന് കരുതി. തന്റെ കുടുംബാംഗങ്ങൾ ദരിദ്രരായതിൽ അയാൾക്ക് സങ്കടം തോന്നുന്നു. തന്റെ ദാരിദ്ര്യത്തെക്കുറിച്ച് അദ്ദേഹം എപ്പോഴും ദുഃഖിക്കുകയും ദാരിദ്ര്യത്തിന് ഒഴികഴിവ് പറയുകയും ചെയ്യുമായിരുന്നു.

ഒരു ദിവസം വഴിയിൽ നടക്കുമ്പോൾ അയാൾക്ക് മുന്നിൽ ഒരു സന്യാസിയെ കണ്ടുമുട്ടി, സന്യാസി അവനെ നോക്കി പറഞ്ഞു, "കുഞ്ഞേ, നീ വളരെ ദുഃഖിതനാണ്, നീ ഇത്ര സങ്കടപ്പെടാൻ കാരണം എന്താണ്?"

രോഹൻ വീണ്ടും പറഞ്ഞു, “ഞാൻ വളരെ ദരിദ്രനാണ്, എന്റെ കുടുംബാംഗങ്ങളും വളരെ ദരിദ്രരാണ്, എനിക്ക് ഒന്നും ചെയ്യാൻ അവസരം ലഭിക്കുന്നില്ല. ഒരു പാവം മനുഷ്യൻ എങ്ങനെ സന്തോഷവാനായിരിക്കുമെന്ന് ഇപ്പോൾ നിങ്ങൾ പറയൂ. അവന്റെ ആഗ്രഹങ്ങൾ സഫലമാകാതെ വരുമ്പോൾ. എന്തെങ്കിലും ചെയ്ത് മുന്നോട്ട് പോകാനുള്ള അവസരം കിട്ടിയില്ലെങ്കിൽ അവൻ എപ്പോഴും സങ്കടപ്പെടും, അല്ലേ?

ആ സന്യാസി പറഞ്ഞു, “നിങ്ങൾ പറഞ്ഞത് തികച്ചും ശരിയാണ്. പക്ഷേ നിന്റെ വിഷമങ്ങൾ ഞാൻ നീക്കിത്തരാം, ഇതിനായി നീ നാളെ രാവിലെ മുമ്പിലെ ക്ഷേത്രത്തിൽ വരണം.

രോഹൻ ഇത് സമ്മതിച്ചു, സന്യാസിയോട് പറഞ്ഞു, "ഞാൻ നാളെ രാവിലെ കൃത്യസമയത്ത് എത്തും."

പിറ്റേന്ന് രാവിലെ തന്നെ രോഹൻ ഒരുങ്ങി ആ സന്യാസി പറഞ്ഞ സ്ഥലത്ത് എത്തി. അപ്പോൾ ആ സന്യാസി രോഹനോട് പറഞ്ഞു, “വരൂ, ഇന്ന് നമുക്ക് വളരെ ദൂരം സഞ്ചരിക്കേണ്ടതുണ്ട്. ഇന്ന് കാൽനടയായി പല സ്ഥലങ്ങളിലും പോകണം.

ആദ്യം അദ്ദേഹം സന്യാസി രോഹനെ ഒരു അനാഥാലയത്തിലേക്ക് കൊണ്ടുപോയി. അവനെ അനാഥാലയത്തിലേക്ക് കൊണ്ടുപോയ ശേഷം, സന്യാസി രോഹനോട് പറഞ്ഞു, “നോക്കൂ, ഈ കുട്ടികളെല്ലാം മാതാപിതാക്കളില്ലാതെ ഇവിടെ താമസിക്കുന്നു. അവരാരും ഇവിടെയില്ല. ഒരു വഴിതെറ്റിപ്പോയതുപോലെ ഇവിടെയുണ്ട്."

അവിടെ നിന്ന് പോയ ശേഷം സന്യാസിമാർ രോഹനെ ഒരു കോളനിയിലേക്ക് കൊണ്ടുപോയി, അവിടെ ശരിയായ ഭക്ഷണം ലഭിക്കാത്ത ചില കുട്ടികൾ അവിടെ ഉണ്ടെന്ന് രോഹൻ കണ്ടു. നിങ്ങളേക്കാൾ അടുപ്പമുള്ള കുട്ടികളാണ് ഇവരെന്ന് സന്യാസി രോഹനോട് പറഞ്ഞു. ഈ കുട്ടികൾക്ക് ചിലപ്പോൾ ഭക്ഷണം പോലും കിട്ടാറില്ല.

തുടർന്ന് സന്യാസി രോഹനെ മൂന്ന് പേർക്ക് പരിചയപ്പെടുത്തി, അവരിൽ ഒരാൾ മുടന്തനും മറ്റേയാൾ ഒരു കണ്ണിന് അന്ധനും മൂന്നാമൻ കൈയില്ലാത്തവനും ആയിരുന്നു. എന്നാൽ അവർ മൂന്നുപേരും അവരുടെ ജീവിതത്തിൽ എന്തെങ്കിലും അല്ലെങ്കിൽ മറ്റെന്തെങ്കിലും ചെയ്യുകയായിരുന്നു.

ഇതെല്ലാം കാണിച്ച് സന്യാസി രോഹനോട് ചോദിച്ചു, "ഈ ലോകത്തിലെ ഏറ്റവും വിഷമം ഉള്ള വ്യക്തി നിങ്ങളാണെന്ന് നിങ്ങൾ ഇപ്പോഴും വിശ്വസിക്കുന്നുണ്ടോ?"

സന്യാസിയുടെ വാക്കുകളെല്ലാം രോഹന് മനസ്സിലായിരുന്നു. അവസരം കിട്ടുമ്പോൾ മാത്രം ഒഴികഴിവ് പറയാറുണ്ടെന്ന് രോഹന് അറിയാമായിരുന്നു. അവനു ഈ കാര്യങ്ങളെല്ലാം ഉള്ളപ്പോൾ അവനു മുന്നേറാൻ കഴിയും. നിങ്ങളുടെ ജീവിതം നല്ലതും മികച്ചതുമാക്കാനും കഴിയും.

ഇതിനുശേഷം രോഹൻ സന്യാസിയോട് ക്ഷമാപണം നടത്തി, ഇനി മുതൽ ഞാൻ ഒരിക്കലും ഒഴികഴിവ് പറയില്ലെന്നും അവസരം

ലഭിക്കുമ്പോഴെല്ലാം ഞാൻ തീർച്ചയായും സ്വയം തെളിയിക്കുമെന്നും പറഞ്ഞു.

കഥയുടെ ധാർമ്മികത - ഒഴികഴിവുകൾ പറയാതെ അവസരം പ്രയോജനപ്പെടുത്തണം. നമുക്കില്ലാത്തതിൽ നാം ഇഷ്ടപ്പെടരുത്. സർവ്വശക്തൻ നമുക്ക് പലതും നൽകിയിട്ടുണ്ട് അവ ഉപയോഗിച്ച് നമുക്ക് മുന്നോട്ട് പോകാം.

12

ദൈവം എപ്പോഴും നമ്മെ നിരീക്ഷിക്കുന്നു

പണ്ട് ഒരു ചെറിയ ഗ്രാമത്തിൽ രമേഷ് എന്നു പേരുള്ള ഒരു കുട്ടി താമസിച്ചിരുന്നു. വേനൽക്കാലത്ത് അവൻ ഗ്രാമത്തിൽ കറങ്ങുകയായിരുന്നു. ചുറ്റിക്കറങ്ങി നടക്കുമ്പോൾ ഒരു വീടിനുള്ളിൽ വലിയൊരു മാവിന്മരം നിൽക്കുന്നത് കണ്ടു. ആ മാമ്പഴത്തിൽ ധാരാളം പഴുത്ത മാങ്ങകൾ ഉണ്ടായിരുന്നു. മരത്തിൽ നിന്ന് രഹസ്യമായി മാമ്പഴം പറിച്ചെടുത്ത് വീട്ടിൽ കൊണ്ടുപോയി സന്തോഷത്തോടെ കഴിച്ച് അച്ഛന് കൊടുക്കുമെന്ന് രമേഷ് കരുതി.

രമേഷ് ഒരുപാട് മാമ്പഴങ്ങൾ പറിച്ചെടുത്ത് തുണിയിൽ കെട്ടി വീട്ടിലേക്ക് പോയി. വീട്ടിൽ ചെന്ന് മാമ്പഴങ്ങളെല്ലാം അച്ഛനെ കാണിച്ചിട്ട് പറഞ്ഞു, അച്ഛാ, ഒരുപാട് പഴുത്ത മാങ്ങകൾ.

അച്ഛൻ രമേശിനെയും പിന്നെ മാങ്ങയിലേക്കും നോക്കി, “നിനക്ക് ഈ മാമ്പഴം എവിടെ നിന്ന് കിട്ടി? നിനക്ക് എവിടെ നിന്നാണ് ഇത്രയും പണം ലഭിച്ചത്?

രമേഷ് പറഞ്ഞു, “അച്ഛാ, ഞാൻ ഈ മാമ്പഴം വാങ്ങിയിട്ടില്ല. ഞാൻ അത് മറ്റൊരാളുടെ മരത്തിൽ നിന്ന് പറിച്ചെടുത്തു.

അച്ഛൻ പറഞ്ഞു, "അപ്പോൾ മോഷ്ടിച്ചോ?"

രമേഷ് പറഞ്ഞു, ഇല്ല അച്ഛാ, എന്നെ അവിടെ ആരും കണ്ടില്ല, പിന്നെ എങ്ങനെ ഈ മോഷണം?

അച്ഛൻ പറഞ്ഞു, “എന്റെ കുട്ടി, ഇത് മോഷണമാണ്. ആരും നമ്മെ നിരീക്ഷിക്കാതിരിക്കുമ്പോൾ ദൈവം നമ്മെ നിരീക്ഷിക്കുന്നുണ്ടെന്ന് എപ്പോഴും ഓർക്കുക. നിങ്ങൾ ചെയ്തത്

തെറ്റാണ്.

ഇത് കേട്ട രമേഷ് അച്ഛനോട് മാപ്പ് പറയുകയും ഇനി ഒരിക്കലും ഇത്തരമൊരു തെറ്റ് ചെയ്യില്ലെന്നും താൻ പറഞ്ഞത് എപ്പോഴും മനസ്സിൽ സൂക്ഷിക്കുമെന്നും പറഞ്ഞു.

കുറച്ച് വർഷങ്ങൾക്ക് ശേഷം രമേശിന്റെ വീട്ടിൽ ഭക്ഷണത്തിന് ക്ഷാമം നേരിട്ടു. രമേശിന്റെ അച്ഛൻ സമ്പാദിക്കുന്നില്ല. ഒരു ദിവസം അച്ഛൻ രമേശിനോട് പറഞ്ഞു, നീ എന്റെ കൂടെ വരൂ, പാടത്ത് നിന്ന് കുറച്ച് നെല്ല് വെട്ടണം. മറ്റുള്ളവരുടെ പറമ്പിൽ നിന്ന് ഞങ്ങൾ നെല്ല് മുറിക്കും.

ഫാമിനടുത്തെത്തിയപ്പോൾ അച്ഛൻ പറഞ്ഞു, "രമേശ്, ചുറ്റും നോക്ക്, ആരെയെങ്കിലും കണ്ടാൽ എന്നോട് പറയൂ."

കുറച്ചു കഴിഞ്ഞപ്പോൾ രമേഷ് പറഞ്ഞു, "അച്ഛാ, ആരോ നമ്മളെ ശ്രദ്ധിക്കുന്നുണ്ട്.

അച്ഛൻ ഉടനെ എഴുന്നേറ്റു ചുറ്റും നോക്കാൻ തുടങ്ങിയെങ്കിലും ആരെയും കണ്ടില്ല. അച്ഛൻ രമേശിനോട് ചോദിച്ചു, “ഇവിടെ ആരും ഇല്ല. അപ്പോൾ ആരാണ് ഞങ്ങളെ നോക്കുന്നത്?"

രമേഷ് മറുപടി പറഞ്ഞു: "അച്ഛാ, ആരും ഞങ്ങളെ കണ്ടില്ലെങ്കിൽ, ദൈവം ഞങ്ങളെ നിരീക്ഷിക്കുന്നു എന്നാണ് നിങ്ങൾ പറഞ്ഞത്."

ഇത് കേട്ടതും അച്ഛന്റെ കണ്ണ് തുറന്നു, ഇനി ഒരു തെറ്റും ചെയ്യില്ലെന്ന് തീരുമാനിച്ചു. കുറച്ചു നാളുകൾക്കു ശേഷം അച്ഛന്റെ വരുമാനം വീണ്ടും നല്ലതായി, അവൻ വീണ്ടും സന്തോഷത്തോടെ ജീവിക്കാൻ തുടങ്ങി.

13

വിവരങ്ങളുടെയും അനുഭവത്തിന്റെയും പ്രാധാന്യം

രമേശും സുരേഷും നല്ല സുഹൃത്തുക്കളായിരുന്നു. കുട്ടിക്കാലം മുതൽ ഒരുമിച്ചാണ് ഇരുവരും പഠിച്ചിരുന്നത്, അവരുടെ വീട് ഒരേ സ്ഥലത്തായിരുന്നു. ഇരുവരും ഒരുമിച്ച് ചുറ്റിക്കറങ്ങുകയും

ആഹ്ലാദിക്കുകയും ചെയ്യാറുണ്ടായിരുന്നു. എന്നാൽ ഇപ്പോൾ അവർ വളർന്നു. ഇപ്പോൾ അവൻ ജോലിയെക്കുറിച്ച് വിഷമിക്കാൻ തുടങ്ങി. ജോലിയൊന്നും കിട്ടിയില്ലെങ്കിൽ ഭാവിയിൽ എന്ത് സംഭവിക്കുമെന്ന് അവർ ചിന്തിക്കുന്നു. അതുകൊണ്ടാണ് ഇരുവരും ബിസിനസ് ചെയ്യാൻ ആലോചിച്ചത്. ബിസിനസ് ചെയ്യാൻ പണം ആവശ്യമാണ്. ഇരുവരും മാതാപിതാക്കളുടെ അടുത്ത് പോയി കുറച്ച് പണം ചോദിക്കുമെന്ന് ഇരുവരും കരുതി. അതിന്റെ സഹായത്തോടെ അവർക്ക് ബിസിനസ്സ് ആരംഭിക്കാൻ കഴിയും.

രമേഷ് അവന്റെ മാതാപിതാക്കളുടെ അടുത്ത് ചെന്ന് അവരോട് പറഞ്ഞു, “എനിക്ക് കുറച്ച് ബിസിനസ്സ് ചെയ്യാനുണ്ട്. എനിക്ക് ബിസിനസ് ചെയ്യാൻ കുറച്ച് പണം തരാമോ?"

ഇത് കേട്ട് രമേശിന്റെ അച്ഛൻ അവനോട് പറഞ്ഞു, “നീ കച്ചവടം ചെയ്യണം, നല്ല കാര്യം. എന്നാൽ നിങ്ങൾ എന്ത് കച്ചവടം ചെയ്യും?

"എനിക്കറിയില്ല, അച്ഛാ, ഞാൻ എന്ത് കച്ചവടം ചെയ്യുമെന്ന്." രമേഷ് അച്ഛനോട് പറഞ്ഞു.

അച്ഛൻ രമേശിനോട് പറഞ്ഞു, “ശരി, ആദ്യം നിനക്ക് എന്താണ് ബിസിനസ്സ് ചെയ്യാൻ ആഗ്രഹിക്കുന്നതെന്ന് കണ്ടെത്തുക. അപ്പോൾ നിങ്ങൾ ഈ ബിസിനസ്സിനെ കുറിച്ച് ധാരാളം അറിവുമായി വരും.

അച്ഛൻ പറഞ്ഞതുപോലെ രമേഷ് ചെയ്തു. ചന്തയിൽ ചെന്ന് പഴക്കച്ചവടം നന്നായി നടക്കുന്നതായി കണ്ടു. അങ്ങനെ അയാൾ പഴക്കച്ചവടത്തെപ്പറ്റി ധാരാളം വിവരങ്ങൾ ശേഖരിച്ചു. വിവരമറിഞ്ഞ് അവൻ അച്ഛന്റെ അടുത്ത് ചെന്ന് അവനോട് പറഞ്ഞു, “അച്ഛാ, ഞാൻ പഴക്കച്ചവടത്തിന്റെ എല്ലാ വിവരങ്ങളും ശേഖരിച്ചു. എനിക്ക് അത് കച്ചവടം ചെയ്യണം."

“ശരി നിങ്ങൾ ഈ ജോലി ചെയ്തു, എന്നാൽ ഇപ്പോൾ നിങ്ങൾ ഈ ബിസിനസ്സ് അനുഭവിക്കണം. അടുത്ത 4 മാസത്തേക്ക് ഒരു പഴവ്യാപാരിയുടെ അടുത്ത് പോയി അതിന്റെ അനുഭവം കൊണ്ടുവരിക. രമേഷ് അച്ഛൻ പറഞ്ഞു.

മറുവശത്ത്, സുരേഷ് ഒരു ബിസിനസ്സ് തുടങ്ങാൻ മാതാപിതാക്കളോട് കുറച്ച് പണം ആവശ്യപ്പെട്ടു. എന്നാൽ മാതാപിതാക്കൾ അവനെ ചോദ്യം ചെയ്യാതെ പണം അതേപടി നൽകി. രമേഷ് കുടുംബാംഗങ്ങളിൽ നിന്ന് 10000 രൂപയോളം വാങ്ങി

മാർക്കറ്റിൽ പോയി പഴങ്ങൾ വിൽക്കാൻ തുടങ്ങി. ആദ്യം ?10,000 വിലയുള്ള പഴങ്ങൾ വാങ്ങി മാർക്കറ്റിൽ വിൽക്കാൻ കൊണ്ടുപോയി. ആദ്യ ദിവസം അവന്റെ വിൽപന അൽപം നല്ലതായിരുന്നെങ്കിലും പഴം മുഴുവൻ വിറ്റില്ല. പഴകിയതിനാൽ ബാക്കിയുള്ള പഴങ്ങൾ വിൽക്കുന്നില്ല, അങ്ങനെ ചെയ്യുമ്പോൾ അവയുടെ പഴങ്ങൾ അഴുകി നശിച്ചു. ഇത് സുരേഷിന് വൻ നഷ്ടമുണ്ടാക്കി, ഇപ്പോൾ ബിസിനസ് മുന്നോട്ട് കൊണ്ടുപോകാനുള്ള പണം പോലുമില്ല.

അതേ രമേഷ് ഒരു പഴക്കച്ചവടക്കാരന്റെ കൂടെ 4 മാസം ജോലി ചെയ്ത് വ്യത്യസ്തമായ അനുഭവങ്ങൾ ശേഖരിക്കാൻ തുടങ്ങി. ഏകദേശം 4 മാസങ്ങൾക്ക് ശേഷം അവൻ ജോലി ഉപേക്ഷിച്ച് അച്ഛന്റെ അടുത്തേക്ക് പോയി. അച്ഛൻ തന്നത് 5000 രൂപ മാത്രം. രമേഷ് ആ പണം ഉപയോഗിച്ച് പലതരം പഴങ്ങൾ വിവേകത്തോടെ വാങ്ങുകയും തന്റെ അനുഭവം ഉപയോഗിച്ച് ഒരു ദിവസം കൊണ്ട് ആ പഴങ്ങൾ വിൽക്കുകയും ചെയ്തു. ഒരുപാട് ലാഭം കിട്ടി. ക്രമേണ അവൻ തന്റെ ബിസിനസ്സ് വർദ്ധിപ്പിച്ചു, കാലക്രമേണ അവൻ ഒരു നല്ല വലിയ ബിസിനസുകാരനായി.

കഥയുടെ ധാർമ്മികത- വിവരങ്ങളില്ലാതെ നമ്മൾ എപ്പോഴും ഒരു ജോലിയും ചെയ്യാൻ പാടില്ല. അനുഭവപരിചയത്തോടെ ചെയ്യുന്ന ജോലി വിജയിക്കും. നല്ല അറിവും അനുഭവപരിചയവും ഉള്ള ജോലി നമുക്ക് ശരിയായ ദിശ നൽകുന്നു.

14

ഒരു സിംഹവും എലിയും

വളരെക്കാലം മുമ്പ് കാട്ടിലെ രാജാവായ ഒരു ക്രൂരനായ സിംഹം ഉണ്ടായിരുന്നു. എല്ലാ ദിവസവും ഉച്ചഭക്ഷണം കഴിഞ്ഞ്

വിശ്രമിക്കുമായിരുന്നു. ഒരു ദിവസം അവൻ നായാട്ട് കഴിഞ്ഞ് ഭക്ഷണം കഴിച്ചു. ഭക്ഷണം കഴിച്ച് വിശ്രമിക്കാൻ തുടങ്ങി. വിശ്രമിക്കുമ്പോൾ ഒരു എലി അവന്റെ ദേഹത്തേക്ക് ഓടി ചാടാൻ തുടങ്ങി.

ആ എലി ഇത് ചെയ്യുന്നത് കണ്ട് ആ സിംഹം അസ്വസ്ഥനായിരുന്നു. അസ്വസ്ഥനായി, അവൻ പെട്ടെന്ന് ഒരു വലിയ അലർച്ച പുറപ്പെടുവിച്ചു, എലി ഓടിപ്പോയി. അടുത്ത ദിവസം വീണ്ടും ഭക്ഷണം കഴിച്ച് സിംഹം വിശ്രമിക്കുകയായിരുന്നു, അതിനാലാണ് എലി വീണ്ടും വന്ന് സിംഹത്തെ ശല്യപ്പെടുത്താൻ തുടങ്ങിയത്. ആശങ്കാകുലനായ സിംഹം എലിയെ തന്റെ കൈകാലിൽ പിടിച്ച് പേടിപ്പിക്കാൻ തുടങ്ങി.

സിംഹം തന്റെ വലിയ വായ തുറന്ന് എലിയെ വായ്ക്കുള്ളിലാക്കാനൊരുങ്ങുമ്പോൾ എലി അവനോട് പറഞ്ഞു, രാജാവേ, എന്നോട് ക്ഷമിക്കൂ. ഇനി ഞാൻ നിന്നെ ശല്യപ്പെടുത്തില്ല. എന്നോട് ക്ഷമിക്കൂ, കഴിയുമെങ്കിൽ, ഒരു ദിവസം ഞാൻ തീർച്ചയായും നിങ്ങളെ സഹായിക്കും.

എലിയുടെ അത്തരം സംസാരം കേട്ട് സിംഹം ചിരിക്കാൻ തുടങ്ങി, “നീ ഇത്ര ചെറിയ എലിയാണ്. നിങ്ങൾ എന്നെ എന്ത് സഹായിക്കും? ഇതും പറഞ്ഞ് സിംഹം എലിയെ ഉപേക്ഷിച്ചു, കാരണം സിംഹത്തിന്റെ വയർ നിറഞ്ഞു.

ഒരു ദിവസം ആ സിംഹം കാട്ടിൽ വേട്ടയാടാൻ തുടങ്ങി. ചില വേട്ടക്കാർ കാട്ടിൽ സിംഹത്തിന് കെണിയൊരുക്കുകയായിരുന്നു. സിംഹക്കെണിയിൽ കാൽ വെച്ച ഉടൻ സിംഹം കെണിയിൽ കുടുങ്ങി. കെണിയിൽ കുടുങ്ങിയ വേട്ടക്കാർ വളരെ സന്തുഷ്ടരായി, സിംഹത്തെ കൊണ്ടുപോകാൻ കൂട്ടിൽ കൊണ്ടുവരാൻ പോയി.

അതേ സിംഹം കെണിയിൽ കുടുങ്ങി ഉച്ചത്തിൽ അലറാനും അലറാനും തുടങ്ങി. സിംഹത്തിന്റെ ഗർജ്ജനം കാടിലുടനീളം പ്രതിധ്വനിച്ചു. കാട്ടിലെ മൃഗങ്ങളെല്ലാം സിംഹത്തിന്റെ അലർച്ചയും അലർച്ചയും കേട്ടുകൊണ്ടിരുന്നു. ആ എലിയും സിംഹം വിഷമത്തിൽ കിടക്കുന്നത് കണ്ടു, ഉടനെ ഓടിച്ചെന്ന് പറഞ്ഞു, "രാജാവേ, വിഷമിക്കേണ്ട. ഞാൻ നിങ്ങളെ സഹായിക്കും.

ഇതും പറഞ്ഞ് എലി പല്ലുകൊണ്ട് കെണി കടിക്കാൻ തുടങ്ങി. കടിച്ചും കടിച്ചും ജീവിതം മുഴുവനും വെട്ടിമാറ്റി സിംഹം വീണ്ടും

സ്വതന്ത്രനായി. താൻ ചെറുതോ വലുതോ എന്ന് ആർക്കും പറയാനാവില്ലെന്നും ആരുടെ സഹായം എപ്പോൾ വേണ്ടിവരുമെന്നും ആ സമയത്ത് സിംഹത്തിന് മനസ്സിലായി. ഇതിനുശേഷം സിംഹം എലിയോട് നന്ദി പറഞ്ഞു. കുറച്ച് സമയത്തിന് ശേഷം ആ വേട്ടക്കാർ കൂട്ടുമായി തിരികെ വന്നെങ്കിലും സിംഹം സ്വതന്ത്രമായത് കണ്ട് ഭയന്ന് ഓടി.

15

ചെന്നായ വന്നു

ചെന്നായ വന്നു! ചെന്നായ വന്നു! എന്ന കഥ. കാടിനോട് ചേർന്ന് ഒരു ഗ്രാമം താമസിച്ചിരുന്നു. ഭൂരിഭാഗം ആളുകളും കൃഷിയും മൃഗങ്ങളെ വളർത്തലും ചെയ്തിരുന്ന സ്ഥലം. അവരിൽ ഒരാൾ ധാരാളം ആടുകളുള്ള ഒരു ഇടയനായിരുന്നു. അവന്റെ മകൻ ആ ആടുകളെ മേയ്ക്കാൻ കാട്ടിൽ കൊണ്ടുപോയി സുരക്ഷിതമായി വീട്ടിലെത്തിക്കാറുണ്ടായിരുന്നു. അവൻ തന്റെ ജോലി നന്നായി ചെയ്യുമായിരുന്നു, പക്ഷേ അവൻ വളരെ വികൃതിയായിരുന്നു.

ഒരു ദിവസം ആടുകളെ മേയ്ക്കാൻ കാട്ടിലേക്ക് പോയപ്പോൾ അവൻ ഉറക്കെ വിളിച്ചു പറഞ്ഞു: ചെന്നായ വന്നിരിക്കുന്നു! ചെന്നായ വന്നു! ഗ്രാമവാസികളേ, വേഗം വരൂ, ചെന്നായ വന്നു! ചെന്നായ വന്നു!"

ആ കുട്ടിയുടെ നിലവിളി കേട്ട് ഗ്രാമവാസികളെല്ലാം കയ്യിൽ വടിയുമായി കാട്ടിലേക്ക് ഓടി. അവർ ആൺകുട്ടിയുടെ അടുത്തെത്തിയപ്പോൾ അവിടെ ചെന്നായ ഇല്ലെന്ന് അവർ കണ്ടു. ഗ്രാമവാസികളെ കണ്ടപ്പോൾ കുട്ടി ഉറക്കെ ചിരിക്കാൻ തുടങ്ങി, "എല്ലാവരെയും കബളിപ്പിക്കാൻ ഞാൻ ഒരുപാട് രസിച്ചു."

ആ കുട്ടിയുടെ കുസൃതി കണ്ട് ഗ്രാമത്തിലുള്ളവരെല്ലാം അവനോട് ദേഷ്യപ്പെടുകയും പിന്നീട് അവിടെ നിന്ന് മടങ്ങുകയും ചെയ്തു. കുറച്ച് ദിവസങ്ങൾക്ക് ശേഷം, ഇടയന്റെ മകൻ വീണ്ടും ആടുകളെ മേയ്ക്കാൻ കാട്ടിലേക്ക് പോയി. അവൻ അവിടെ ചെന്ന് വീണ്ടും

നിലവിളിക്കാൻ തുടങ്ങി, "ചെന്നായ വന്നിരിക്കുന്നു! ചെന്നായ വന്നു!"

അവന്റെ കരച്ചിൽ കേട്ട് ഗ്രാമവാസികളെല്ലാം അവന്റെ അടുത്തേക്ക് ഓടിവന്നു, പക്ഷേ ഇത്തവണയും അവൻ തമാശ പറഞ്ഞു. ഇത്തരമൊരു സാഹചര്യത്തിൽ ജനങ്ങളെല്ലാം വീണ്ടും തിരിച്ചുപോയി.

ഒരു ദിവസം ആടുകളെ മേയ്ക്കാൻ കാട്ടിലേക്ക് പോയപ്പോൾ ഒരു യഥാർത്ഥ ചെന്നായ അവിടെ വന്നു. ചെന്നായയെ കണ്ട് ഭയന്ന് കുട്ടി ഉറക്കെ വിളിച്ചുപറഞ്ഞു: ചെന്നായ വന്നിരിക്കുന്നു! ചെന്നായ വന്നു! ഗ്രാമവാസികളേ, വേഗം വരൂ, ചെന്നായ ഇവിടെ വന്നിരിക്കുന്നു!

പക്ഷേ, അവൻ പറയുന്നത് കേട്ട്, കുട്ടി വീണ്ടും തമാശ പറയുകയാണെന്ന് കരുതി കാട്ടിലേക്ക് പോകേണ്ടെന്ന് ഗ്രാമവാസികളെല്ലാം തീരുമാനിച്ചു. ചെന്നായ ആൺകുട്ടിയുടെ പല ആടുകളെ കൊന്നു, ചിലത് അവന്റെ വായിൽ കൊണ്ടുപോയി.

അതുകൊണ്ടാണ് തമാശയിൽ പോലും കള്ളം പറയരുതെന്ന് പറയുന്നത്, അല്ലാത്തപക്ഷം നിങ്ങൾ ശരിയായ സമയത്ത് സത്യം പറഞ്ഞാൽ ആരും നിങ്ങളുടെ വാക്കുകൾ വിശ്വസിക്കില്ല. ചെന്നായ വന്നു! ചെന്നായ വന്നു! എന്ന കഥ

16

ഞണ്ട് കഥ

ക്രമേണ ഹെറോണിന്റെ പ്രായം കൂടിക്കൊണ്ടിരുന്നു. ഇക്കാരണത്താൽ, അവന്റെ ശരീരവും കണ്ണും വേഗത്തിൽ പറക്കലും എല്ലാം തളർന്നു. ഇപ്പോൾ മീൻ പിടിക്കാൻ ഒരുപാട് ബുദ്ധിമുട്ടി. മീൻ പിടിക്കാനും വയറു നിറയ്ക്കാനും അയാൾക്ക് കഴിഞ്ഞില്ല. കാരണം അവന്റെ ശരീരം അവനെ താങ്ങുന്നില്ലായിരുന്നു. മത്സ്യങ്ങൾ പോലും അവനെ ഭയപ്പെട്ടില്ല. അവന്റെ അടുത്തേക്ക് പോകുമ്പോൾ അവൾ അവനെ കളിയാക്കുകയും കളിയാക്കുകയും ചെയ്തു. ഹെറോണിന് നല്ല വിശപ്പുണ്ടായിരുന്നു. ഭാവിയിൽ എങ്ങനെ വയറു നിറയ്ക്കുമെന്ന്

അയാൾക്ക് മനസ്സിലായില്ല.

ഹെറോൺ ഒരു ആശയം കണ്ടെത്തി കുളത്തിന്റെ കരയിൽ പോയി നിശബ്ദമായി ഇരുന്നു. അവൻ വളരെ സങ്കടത്തോടെ കുളത്തിന്റെ കരയിൽ ഇരിക്കുമ്പോൾ, എല്ലാവരും ഹെറോണിനെ ശ്രദ്ധാപൂർവ്വം നോക്കി. അവനു എന്ത് സംഭവിച്ചു എന്ന് എല്ലാവരും ചിന്തിക്കാൻ തുടങ്ങി. അവൻ എന്തിനാണ് ഇത്ര സങ്കടത്തോടെയും നിരാശയോടെയും ഇരിക്കുന്നത്? മെല്ലെ കുളത്തിലെ മത്സ്യങ്ങളും തവളകളും മുതലായ എല്ലാ ജീവജാലങ്ങളും അവന്റെ അടുത്ത് വന്ന് അവനോട് ചോദിച്ചു: "എന്താടാ കൊക്ക, നീയെന്തിനാ നിരാശനായി കാണുന്നത്?"

ഹെറോൺ മറുപടി പറഞ്ഞു, "ഒരു കാര്യം എന്നെ വളരെയധികം വിഷമിപ്പിക്കുന്നു."

"ശരി എന്താണ് നിങ്ങളെ വിഷമിപ്പിക്കുന്നത്? ഞങ്ങളോട് പറയൂ, സാധ്യമെങ്കിൽ, ഞങ്ങൾക്ക് ആ പ്രശ്നം ഇല്ലാതാക്കാം. എല്ലാവരും ഹെറോണിനോട് പറഞ്ഞു.

“സത്യത്തിൽ കാര്യം എന്തെന്നാൽ ചിലർ ഇവിടെ വന്ന് ഈ കുളത്തിൽ ചെളി ഇട്ട് മൂടാൻ പോകുന്നു. ആളുകൾ ഇതിൽ കൃഷി ചെയ്യും. ആളുകൾ ഇത് ചെയ്താൽ എല്ലാം അവസാനിക്കും, എനിക്ക് കഴിക്കാൻ മത്സ്യം കിട്ടില്ല.

ഇതെല്ലാം കേട്ട് കുളത്തിലെ എല്ലാ ജീവജാലങ്ങളും ഇനി എന്ത് സംഭവിക്കുമെന്ന് ആശങ്കപ്പെട്ടു? ഈ കുളം അങ്ങനെ മൂടിയാൽ ഇവരെല്ലാം കൊല്ലപ്പെടും. അപ്പോൾ ഹെറോൺ പറഞ്ഞു, “നിങ്ങൾ എന്തിനാണ് ഭയപ്പെടുന്നതെന്ന് എനിക്ക് മനസ്സിലാകും. എന്നാൽ നിങ്ങളുടെ ഭയത്തിന് എന്റെ പക്കൽ ഒരു പരിഹാരമുണ്ട്. സമീപത്ത് മറ്റൊരു കുളം ഉണ്ട്, ആ കുളം ഇതിനെക്കാൾ വലുതാണ്. ആ കുളവും മനോഹരമാണ്. ഇവിടുത്തെ വെള്ളം ഇവിടെയേക്കാൾ ശുദ്ധമാണ്. ആ കുളത്തിൽ നമുക്കെല്ലാവർക്കും സുഖമായി ജീവിക്കാം. ഈ കാര്യങ്ങൾ കേട്ട് കുളത്തിലെ എല്ലാ ജീവജാലങ്ങളും സന്തോഷിച്ചു. തങ്ങളെ അവിടെ കൊണ്ടുപോകാൻ അവരെല്ലാം ഹെറോണിനോട് അപേക്ഷിച്ചു.

ഹെറോൺ എല്ലാവരോടും പറഞ്ഞു, "ഞാൻ നിങ്ങളെ അവിടെ കൊണ്ടുപോകാം, പക്ഷേ എനിക്ക് ഒരു നിബന്ധനയുണ്ട്."

"എന്താണ് നിങ്ങളുടെ നിബന്ധനകൾ," എല്ലാവരും തിരിച്ചു പറഞ്ഞു, "നിങ്ങളുടെ ഓരോ നിബന്ധനകളും അംഗീകരിക്കാൻ ഞങ്ങൾ തയ്യാറാണ്. വേഗം പറയൂ, എന്താണ് നിങ്ങളുടെ അവസ്ഥ?"

ഹെറോൺ സ്വയം പറഞ്ഞു: “എനിക്ക് പ്രായമാകുകയും എന്റെ ശരീരം തളർന്നുപോകുകയും ചെയ്യുന്നു എന്നതാണ് കാര്യം. അത് കൊണ്ട് തന്നെ ഒരുപാട് പേരെ ഒറ്റയടിക്ക് അവിടെ കയറ്റാൻ പറ്റില്ല. ഞാൻ അവരെ കൊണ്ടുപോകുമ്പോൾ എനിക്ക് വിശ്രമിക്കാൻ വേണ്ടി നടുവിൽ എവിടെയെങ്കിലും നിർത്തേണ്ടിവരും.

ഹെറോണിന്റെ അവസ്ഥ എല്ലാവരും അംഗീകരിച്ചു. ഇപ്പോൾ ഹെറോൺ ദിവസവും കുളത്തിൽ നിന്ന് കുറച്ച് മത്സ്യങ്ങൾ എടുക്കുകയും എടുത്തതിന് ശേഷം അവ തിന്നുകയും ചെയ്യുമായിരുന്നു. ഭക്ഷണം കഴിച്ച് ആ സ്ഥലത്ത് നല്ല വിശ്രമം എടുക്കും, പിന്നെ വിശപ്പ് തോന്നുമ്പോൾ വീണ്ടും ആ കുളത്തിലേക്ക് വരും. ഇത് ചെയ്യുമ്പോൾ, അവൻ കുളത്തിലെ നിരവധി ജീവികളെ തിന്നു. അവ കഴിച്ച് അവൻ ആരോഗ്യവാനായിരുന്നു. അവന്റെ ശരീരവും മെച്ചപ്പെട്ടുകൊണ്ടിരുന്നു.

ഇപ്പോൾ കുളത്തിലെ മിക്കവാറും എല്ലാ മൃഗങ്ങളും പോയി, ഇപ്പോൾ ഒരു ഞണ്ട് മാത്രം അവശേഷിക്കുന്നു. ഞണ്ട് ഹെറോണിനോട് അപേക്ഷിച്ചു, "എന്റെ സുഹൃത്തേ, എന്നെയും അവിടെ കൊണ്ടുപോകൂ." അവിടെയുള്ള ആളുകൾ എങ്ങനെയുണ്ടെന്ന് എനിക്കും അറിയണം? അവിടെ പോകാൻ ഞാൻ വളരെ ആകാംക്ഷയോടെ കാത്തിരിക്കുകയാണ്.

ഞണ്ടിന്റെ വാക്ക് കേട്ട് കൊക്ക മനസ്സിൽ വിചാരിച്ചു വേറെ എന്തെങ്കിലും കഴിക്കണം എന്ന്. ഇപ്പോൾ അവൻ ഞണ്ട് തിന്നാൻ ആഗ്രഹിച്ചു. കൊക്ക ഞണ്ടിനെ മുതുകിലിട്ട് പറന്നു പോയി. പറക്കുന്നതിനിടയിൽ, ഞണ്ട് അവനോട് ആവർത്തിച്ച് ചോദിക്കുന്നുണ്ടായിരുന്നു, ആ പുതിയ കുളം എത്ര വേഗത്തിൽ വരുമെന്ന്? അവന്റെ വാക്കുകൾ കേട്ട് ഹെറോൺ പറഞ്ഞു, “ഞാൻ നിങ്ങളെ മറ്റൊരു കുളത്തിലേക്ക് കൊണ്ടുപോകുന്നില്ല. അങ്ങനെയൊരു കുളമില്ല. ഞാൻ അവരെ കുളത്തിൽ നിന്ന് കൊണ്ടുവന്ന് തിന്നാറുണ്ടായിരുന്നു. ഞാനും ഇപ്പോൾ നിന്നെ തിന്നാൻ പോകുന്നു.

ഇത് കേട്ട ഞണ്ട് ഉടൻ തന്നെ നഖങ്ങൾ കൊണ്ട് ഹെറോണിന്റെ കഴുത്തിൽ പിടിച്ച് ശക്തമായി അമർത്തി കൊന്നു. ഞണ്ട് വീണ്ടും തന്റെ കുളത്തിലേക്ക് ഇഴഞ്ഞു. തിരികെ വന്ന് ബാക്കിയുള്ള ജീവികളോട് കാര്യം മുഴുവനും പറഞ്ഞു.കൊക്ക ചത്തിരുന്നു, കുളത്തിലെ ആളുകളെല്ലാം സുരക്ഷിതരായിരുന്നു.

17

കുരങ്ങനും പക്ഷിയും

നിബിഡ വനത്തിൽ ഒരു വലിയ മരം ഉണ്ടായിരുന്നു. ആ മരത്തിൽ രണ്ടു കുരുവികൾ കൂടുണ്ടാക്കി. ഇരുവരും പരസ്പരം വളരെ സന്തുഷ്ടരായിരുന്നു, അവരുടെ ജീവിതം സന്തോഷത്തോടെ ജീവിച്ചു. ശീതകാലം വന്നിരിക്കുന്നു, ഇത്തവണ നല്ല തണുപ്പാണ്. തണുപ്പ് കാരണം എല്ലാ മൃഗങ്ങളും ഈ തണുപ്പിൽ നിന്ന് രക്ഷപ്പെടാൻ അതിൽ താമസിക്കാൻ സ്വന്തമായി സ്ഥലം കണ്ടെത്തി. എന്നാൽ താമസിക്കാൻ ഇടമില്ലാത്ത ചില കുരങ്ങുകൾ കാട്ടിൽ ഉണ്ടായിരുന്നു. അത്തരമൊരു സാഹചര്യത്തിൽ ആ കുരങ്ങന്മാർ അങ്ങോട്ടും ഇങ്ങോട്ടും അലഞ്ഞുനടന്നു.

ഒരു ദിവസം കുരങ്ങുകൾ രണ്ടും വസിച്ചിരുന്ന മരത്തിന്റെ ചുവട്ടിൽ തണുപ്പ് കാരണം അലഞ്ഞുനടക്കുന്ന ചില കുരങ്ങുകൾ വന്നു. കുരങ്ങന്മാരെല്ലാം തണുപ്പ് കാരണം വിറയ്ക്കുന്നുണ്ടായിരുന്നു. അത്തരമൊരു സാഹചര്യത്തിൽ ഒരു കുരങ്ങൻ പറഞ്ഞു: “ഇന്ന് നല്ല തണുപ്പാണ്. തണുപ്പ് കാരണം ഞാൻ മരിക്കുകയാണ്. എന്തുകൊണ്ട് നമുക്ക് ഒരുമിച്ച് തീ കൊളുത്തിക്കൂടാ? ആ തീയിൽ നിന്ന് നമുക്കും ചൂട് ലഭിക്കും.

ഇതുകേട്ട മറ്റെല്ലാ കുരങ്ങന്മാരും അങ്ങനെ ചെയ്യുന്നതാണ് ശരിയെന്ന് കരുതി. ആ കുരങ്ങുകൾ തീ കത്തിക്കാൻ ഉണങ്ങിയ ഇലകളും വടികളും ശേഖരിക്കാൻ തുടങ്ങി. അവൻ ഇത് ചെയ്യുമ്പോൾ, മുകളിൽ ഇരിക്കുന്ന കുരുവി അവനെ നിരീക്ഷിക്കുന്നുണ്ടായിരുന്നു.

അയാൾക്ക് അത് സഹായിക്കാൻ കഴിയാതെ കുരങ്ങന്മാരോട് പറഞ്ഞു, "നിങ്ങളെല്ലാം ആരാണ്? കാഴ്ചയിൽ നിങ്ങൾ മനുഷ്യരെപ്പോലെയാണ്. നിങ്ങൾക്ക് കൈകൾ പോലെ തന്നെ കാലുകളും ഉണ്ട്. അപ്പോൾ നിങ്ങൾ എല്ലാവരും സ്വന്തമായി വീട് പണിത് അവിടെ താമസിക്കാത്തതെന്താണ്?

ഗോറിയയിൽ നിന്ന് ഇത് കേട്ട് എല്ലാ കുരങ്ങന്മാരും ദേഷ്യപ്പെട്ടു, അവരിൽ ഒരാൾ പറഞ്ഞു, "നിങ്ങൾ നിങ്ങളുടെ ജോലി ചെയ്യുക, ഞങ്ങൾക്ക് ഞങ്ങളുടെ കാര്യം ചെയ്യാം. മറ്റുള്ളവരുടെ ജോലിയിൽ ഇടപെടരുതെന്ന് നിങ്ങൾക്കറിയില്ലേ?

ഇതിനുശേഷം കുരുവി നിശബ്ദമായി. ആ കുരങ്ങുകൾ മരവും ഉണങ്ങിയ ഇലകളും ശേഖരിച്ചു. അപ്പോൾ ഒരു കുരങ്ങൻ പറഞ്ഞു: "ഞങ്ങൾ വിറകും ഇലകളും ശേഖരിച്ചു, പക്ഷേ അതിൽ എങ്ങനെ തീ കൊളുത്തും?"

അത്തരമൊരു സാഹചര്യത്തിൽ ഒരു കുരങ്ങൻ മറുപടി പറഞ്ഞു, "ഒരു മനുഷ്യൻ തീ കൊളുത്തുന്നത് ഞാൻ കണ്ടു. അവർ ഒരു തീപ്പൊരി ഉപയോഗിച്ച് തീ കത്തിക്കുന്നു, ഞങ്ങളും അത് ചെയ്യും.

അവരെല്ലാം സംസാരിച്ചുകൊണ്ടിരുന്നപ്പോൾ ഒരു തീച്ചൂള കടന്നുപോയി. അഗ്നിജ്വാലയെ കണ്ട കുരങ്ങന്മാർ തീപ്പൊരിയായി കരുതി. അങ്ങനെയൊരവസ്ഥയിൽ അവരെല്ലാം ആ തീച്ചൂളയെ പിടിക്കാൻ തുടങ്ങി. തീച്ചൂളയെ പിടികൂടിയ ശേഷം അവർ അത് ഉപയോഗിച്ച് തീ കൊളുത്താൻ ശ്രമിച്ചു. പക്ഷേ, അഗ്നിജ്വാല കരിഞ്ഞില്ല, കുറച്ച് സമയത്തിന് ശേഷം ആ അഗ്നിശല്യം പറന്നുപോയി.

അതുകൊണ്ടാണ് മുകളിൽ ഇരിക്കുന്ന കുരുവി ചിന്തിക്കാൻ തുടങ്ങിയത്, തീച്ചൂള കൊണ്ട് തീ കൊളുത്താൻ ശ്രമിക്കുന്ന കുരങ്ങന്മാരെല്ലാം എത്ര വിഡ്ഢികളാണെന്ന്. ആ കുരുവി തടുക്കാൻ കഴിയാതെ എല്ലാവരോടും പറഞ്ഞു, "ഏയ്, ഇങ്ങനെ തീ കത്തിക്കരുത്. തീ ആളിപ്പടരാൻ, രണ്ട് കല്ലുകൾ തടവി അതിൽ നിന്ന് പുറപ്പെടുന്ന തീപ്പൊരി തീ ആളിക്കത്തുന്നു.

കുരങ്ങന്മാർ അത് ചെവിക്കൊണ്ടില്ല, അവർ വീണ്ടും അഗ്നിജ്വാലയെ പിടിക്കാൻ തുടങ്ങി. ഇന്ന് കല്ലുകൾ ഉരച്ച് കത്തിക്കാം എന്ന് കുരുവി വീണ്ടും അവരോട് പറഞ്ഞു. അത്തരമൊരു

സാഹചര്യത്തിൽ ഒരു കുരങ്ങൻ ദേഷ്യപ്പെടുകയും ആ മരത്തിൽ കയറുകയും ഗോറിയയുടെ കൂട് താഴെയിടുകയും ചെയ്തു. അതിനുശേഷം ഗോറിയ സങ്കടത്തോടെ കരയാൻ തുടങ്ങി, ആ കുരങ്ങുകളെല്ലാം അവിടെ നിന്ന് പോയി.

Printed by Libri Plureos GmbH in Hamburg, Germany